வீர சிவாஜி

மராத்திய சிங்கம்

வீர சிவாஜி

மராத்திய சிங்கம்

கே.ஜி. ஜவர்லால்

வீர சிவாஜி: மராத்திய சிங்கம்
Veera Shivaji: Marathiya Singam
by K.G. Jawarlal ©

First Edition: December 2013
104 Pages

ISBN: 978-93-5135-172-6
Title No. Kizhakku 759

Kizhakku Pathippagam
177/103, First Floor,
Ambal's Building, Lloyds Road,
Royapettah, Chennai 600 014.
Ph: +91-44-4200-9601

Email : support@nhm.in
Website : www.nhm.in

Author's Email: kgjawarlal@yahoo.com

Kizhakku Pathippagam is an imprint of New Horizon Media Private Limited

INDIA
In the time of Clive
1760
English Miles
AFGHANISTAN
Cabul
Peshawar
Multan
Lahore
Suliman M"
INDIAN
Hyderabad
Runn of Cutch
Gujarat
Diu I.
Daman
Baroda
Surat
Bombay
Salsette I.
Poonah
Satara
Kolapore
Bijapur
Goa (Portuguese)
Barcelor
Mysore
Calicut
Cochin
Tinnevelly
C. Comorin
Laccadive Islands
Panipat
Delhi
Mattra
Agra
Gwalior
Ajmir
RAJPOOTANA
MALWA
Vindhya M"
Satpura M"
R. Nerbudda
R. Tapti
Nagpur
Assaye
Aurungabad
Golconda
Hyderabad
Beder
Seringapatam
Madras
Pondicherry (French)
Fort St. David
Trichinopoly
Tanjore
CEYLON
Kandy
Colombo
Trincomalee
Lucknow
OUDH
DELHI
Allahabad
BUNDELCUND
R. Sone
Benares
Buxar
BEHAR
Gaya
BENGAL
Moorshedabad
Plassey
Chandernagore
Calcutta
Chittagong
Dacca
HIMALAYA
BHOTAN
Brahmaputra
R. Ganges
ORISSA
CIRCARS
Cuttack
Puri
Ganjam
Jeypore
Masulipatam
Coromandel Coast
BAY OF BENGAL
Andaman Islands
Nicobar Islands
INDIAN OCEAN
DECCAN
CARNATIC
Longitude East from Greenwich

உள்ளே

முன்னுரை

இந்திய அரசர்களில் சத்ரபதி சிவாஜிக்கு தனிப்பட்ட இடம் உண்டு.

மகாராஷ்ட்ராவும், கர்நாடகாவும் சிவாஜியை ரொம்பவே கொண்டாடுகின்றன. மராட்டி யர்கள் சிவாஜியைக் கொண்டாடுவதுபோல நாம் யாரைக் கொண்டாடலாம் என்று ஒரு ஒப்பீட்டுக்காகச் சொல்வதானால் வீர பாண்டியக் கட்டபொம்மனைச் சொல்ல லாம். கட்டபொம்மன் வெள்ளைக்காரன் என்கிற அந்நிய சக்தியை எதிர்த்துப் போராடி னார். சிவாஜி பெர்ஷியாவிலிருந்தும், ஆஃப்கானிஸ்தானிலிருந்தும் வந்த அந்நிய சக்திகளுக்கு எதிராகப் போராடினார்.

சிவாஜியின் சிறப்புக்களாக நிறைய விஷயங்கள் இருந்தாலும் என்னை மிகவும் கவர்ந்த ஒன்று உண்டு. சிவாஜியின் முன்னோர்கள் வழிவழியே அரசாங்க ஊழியர் களாக இருப்பதுடன் திருப்தி அடைந்த போது, அவர்களிலிருந்து மாறுபட்டு சிவாஜி தானொரு அரசனாகவே நாட்டை

ஆளவேண்டும் என்று ஆசைப்பட்டார். ஆசைப் பட்டதை ஜெயித்து அடைந்தும் காட்டினார். சேனாதிபதிகள் வம்சமாக இருந்த சிவாஜியின் சமூகம் அவரால் ராஜ வம்சமாக மாறியது.

சிவாஜி குறித்து தமிழில் சொல்லப்படாத தகவல்களுக்காக நிறையவே படிக்க வேண்டியிருந்தது. இதனால் பல நூல்களி லிருந்தும், பல வரலாற்று ஆசிரியர்களின் குறிப்புகளிலிருந்தும் முக்கியமான விஷயங்கள் பல தெரிய வந்தன. அத்தனையையும் தொகுத்து படிப்பதற்கு சுவாரஸ்யமாக தந்திருப்பதாகவே நினைக் கிறேன். இந்த நூலைத் தொகுப்பதற்காக நான் பெற்ற படிப்பனுபவம் மிகவும் இனியது. அதே இனிய அனுபவம் இதைப் படிப்பவர்களுக்கும் கட்டாயம் கிடைக்கும்.

இந்த நல்ல வாய்ப்பை நல்கிய கிழக்கு பதிப்பகத்திற்கும், உபயோகமான ஆலோசனைகள் சொன்ன எழுத்தாளர் மருதன் அவர்களுக்கும் நன்றி.

செ ன்னை

கே.ஜி.ஜவர்லால்
24-12-2013

முன் சரித்திரச் சுருக்கம்

சிவாஜியையும் அவர் நிர்மாணித்த மராட்டிய சாம்ராஜ்யத்தையும் பற்றித் தெரிந்துகொள்ளும் முன்பாக இரண்டு விஷயங்கள் பற்றித் தெரிந்து கொள்வது முக்கியம். முதலாவது சிவாஜிக்கு முந்தைய மஹாராஷ்ட்ராவின் சரித்திரம்.

மராட்டியர்களுக்கு முன்னர் சுமார் முன் னூற்றைம்பது ஆண்டுகளுக்கு முகலாயர் களும் தக்கண சுல்தான்களும் (Deccan Sultanates) மகாராஷ்ட்ரா பகுதியை ஆண்டு வந்தார்கள். தக்கணம் என்கிற சொல் வேதகாலத்தையது. தபதி நதிக்குத் தெற்கே இருக்கும் பகுதி தக்கணம் என்று குறிப்பிடப் பட்டது.

சரித்திரம் இப்படிச் சொன்னாலும் பூகோளம் கொஞ்சம் வேறுபடுகிறது. தபதி நதிக்கு வடக்கிலும் கொஞ்சம் தக்கண பீடபூமி இருப்பதை வரைபடத்தில் பார்க்கலாம். தக்கணம் என்பது முழு மஹாராஷ்ட்ராவையும்,

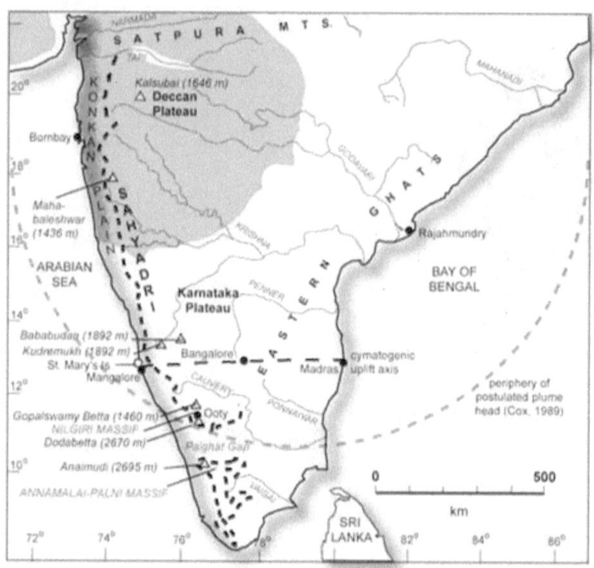

கொஞ்சம் கர்நாடகாவையும் கொஞ்சம் ஆந்திராவையும் உள்ளடக்கியது. அதனால்தான் சுல்தான்களும் நிஸாம்ஷாஹி, அடில்ஷாஹி, கோல்கொண்டா சுல்தான்கள் என்று மூன்று பிரிவுகளாக இருந்தார்கள். அதைப் பற்றி பிறகு பார்க்கலாம். முதலில் மராட்டியர்களுக்கு முன்னூற்றைம்பது ஆண்டுக்காலம் முன்னால் அதாவது சுல்தான்கள் பிரவேசித்த காலத்துக்கு செல்வோம்.

கிபி 850லிருந்து 1330 வரை செயுனா (யாதவர்கள்) என்கிற வம்சத்தினர் இந்தப் பகுதியை ஆண்டு வந்தார்கள். யாதவர்களின் வழித்தோன்றல் என்பதால் இவர்களை தேவகிரி யாதவர்கள் என்று அழைப்பார்கள். சிவாஜியின் தாயார் ஜீஜபாய் இந்த வம்சத்தைச் சேர்ந்தவர்தான். சிவாஜி ஷத்ரியர் அல்ல என்கிற பேச்சு வரும் போது ஏனோ சிவாஜியின் தாயார் ஷத்ரியர் என்பது எடுத்துக் காட்டப்படவில்லை. சிவாஜியை அவருடைய தந்தையின் சாதியைக் கொண்டுதான் மக்கள் பார்த்தார்கள். இப்போதைய கலப்புத் திருமணங்களில்கூட தகப்பனாரின் சாதியைத்தான் போட்டுக் கொள்கிறார்கள் என்பது குறிப்பிடத் தக்கது.

யாதவர்களின் சாம்ராஜ்யத்தில் மராட்டி, கன்னடம், சமஸ்கிருதம் மூன்றும் ஆட்சி மொழிகளாக இருந்தன. முழு மகாராஷ்ட்ரா,

கொஞ்சம் மத்தியப் பிரதேசம், கொஞ்சம் கர்நாடகா இவைகளை உள்ளடக்கியது யாதவர்களின் சாம்ராஜ்யம். ஔரங்காபாத்தி லிருந்து பதினாறு கிலோமீட்டர் தூரத்தில் இருந்த தேவகிரி இவர்களின் தலைநகராக இருந்தது.

தேவகிரி யாதவர்களுடைய முன்னோர்களின் தாய்மொழி கன்னடம். மகாராஷ்ட்ரம் முழுதும் விரிவடைந்து மெல்ல மெல்ல அவர்களின் மொழி மராட்டியாக மாறி, அலாவுதின் கில்ஜி படையெடுக்கும்போது யாதவர்கள் மராட்டியர்களாகவே மாறியிருந்தார்கள். இது போல வேறு மாநிலங்களில் குடி புகுந்து மெல்ல மெல்ல அந்த மாநிலத்தின் மொழியே தாய் மொழியாகப் போய் விட்ட குடும்பங்கள் நிறையவே உண்டு. இப்போதும் கர்நாடகாவில் கன்னடம் பேசும் குல்கர்னிகள் இருக்கிறார்கள். குல்கர்னிக்கள் அடிப்படையில் மராட்டியர்கள். இதே போல மகாராஷ்ட்ராவில் மராட்டி பேசும் ராவ்கள் இருக் கிறார்கள். பாரம்பரியப் புடவை உடுத்தும் விதம், கருகமணி அணிதல் என்று கன்னட மராட்டியப் பெண்களுக்கிடையில் நிறைய ஒற்றுமைகள் பார்க்கலாம்.

ஒன்றிரண்டு ஆண்டுகளுக்கு முன்னர் மஹாராஷ்ட்ராவில் இருக்கும் வெளி மாநிலத்தவர்கள் எல்லாரும் வெளியேற வேண்டும் என்று ஒரு கூட்டம் ரகளை செய்தது நினைவிருக் கலாம். ஸ்டீவர்ட் கார்டன் என்பவர் தனது 'தி நியூ கேம்பிரிட்ஜ் ஹிஸ்டரி ஆஃப் இண்டியா' என்கிற புத்தகத்தில் ஒரு சுவாரஸ்ய மான தகவலைச் சொல்கிறார். இந்தியாவின் மாநிலங்கள் பெரும்பாலானவற்றில் அந்தந்த மாநில மொழியைப் பேசுகிற வர்களை அம்மொழியின் பெயராலேயே பெயரிட்டு அழைக் கிறார்கள். உதாரணத்துக்கு பெங்கால் பேசுபவர்கள் பெங்காலிகள், தமிழ் பேசுபவர்கள் தமிழர்கள் என்பது போல. ஆனால், மராட்டி பேசுகிற எல்லாரும் மராட்டியர்கள் அல்ல, ராஜஸ்தானி பேசுகிற எல்லாரும் ராஜபுத்திரர்கள் அல்ல என்கிற தகவலைச் சொல்கிறார்.

இதன் மூலம் அவர் சொல்ல வரும் கருத்தாக நான் புரிந்து கொள்வது: பல்வேறு ராஜ வம்சத்தினர் ஆண்ட பல்வேறு ராஜ்யப் பிரிவுகளின் தொகுப்புதான் மகாராஷ்ட்ரா. அப்படி ஒரு பொதுவான பெயரில் ஒரே பகுதியாகத் தொகுக்கப்பட்டதே பதினேழாம் நூற்றாண்டில்தான். அதனால்தான் தேவகிரி யாதவர்களின் தாய்மொழி கன்னடம் என்பதையும், அலாவுதீன்

கில்ஜி வரும் சமயம்தான் மெல்ல மெல்ல அவர்கள் மராட்டியர் களாக மாறியிருந்ததையும் குறிப்பிடுகிறார். அதாவது மராட்டியர்கள் என்று சொல்லப்படுபவர்கள் எல்லோரும் மகாராஷ்ட்ராவில் வசிப்பவர்களே ஒழிய மராட்டி பேசுபவர்கள் அல்ல என்பது அவர் சொல்ல வரும் கருத்து. மராட்டியர் என்கிற பெயர் மஹாரத்தி என்கிற பெயரிலிருந்து வந்தது. இந்தப் பகுதிக்கு அப்படி ஒரு பெயர் இருந்தது சீன யாத்திரிகர் யுவான் சுவாங்கின் குறிப்புகளில் இருக்கிறது.

1297ம் ஆண்டு அலாவுதின் கில்ஜி இந்தப் பகுதியைக் கைப்பற்றி விட்டார். ஆனாலும் அப்போது யாதவ அரசனாக இருந்த ராமச்சந்திரா பெரும் தொகையை ஆண்டு தோறும் கப்பமாகக் கட்ட ஒப்புக் கொண்டார். இதனால் நாட்டை ராமச்சந்திரா வசமே விட்டு வைக்கச் சம்மதித்தார் கில்ஜி. ராமச்சந்திராவின் மகன் (மூன்றாம்)சிங்கனா ஆட்சிக்கு வந்ததும் கப்பம் கட்டுவது நின்று போனது. அலாவுதின் கில்ஜியிடம் 'வானம் பொழிகிறது பூமி விளைகிறது உனக்கேன் கட்ட வேண்டும் கப்பம்' டைப்பில் வசனம் பேசி கப்பம் கட்ட மறுத்தார் சிங்கனா. 1317ம் ஆண்டு, கில்ஜி தன் தளபதி மாலிக் காஃபூரை அனுப்பி நாட்டைக் கைப் பற்றினார். அதைத் தன் ராஜ்யத்தில் இணைத்துக் கொண்டார். இப்படி நாட்டைப் பிடித்து விட்டு கப்பம் கட்டினால் விட்டு வைக்கும் வேலையைப் பலரும் செய்திருக்கிறார்கள். அதையே சிவாஜி செய்தபோது அது பெரும் விமர்சனங்களுக்கு உள்ளாகி யிருக்கிறது.

பின்னர் வந்த முகமது பின் துக்ளக், 1327ம் ஆண்டு தேவகிரிக்கு தௌலத்தாபாத் என்று பெயரிட்டார். துக்ளக்கின் பிரபலமான தலைநகர் மாற்றம் எல்லோருக்கும் தெரிந்த விஷயம்தான். டில்லியிலிருந்து தேவகிரிகுத்தான் அவர் தலைநகரை மாற்றினார். துக்ளக்தான் தக்கணப் பகுதியை டில்லியுடன் இணைத்த முதல் அரசர். இருபதாண்டுகளுக்கு துக்ளக்கின் ஒருங்கிணைந்த ஆட்சியின் கீழ் இருந்தது தக்கணப் பகுதி.

1347ம் ஆண்டு, துக்ளக்கிடமிருந்து ராணுவப் புரட்சி மூலம் அலாவுதின் ஹஸன் பாமனி ஷா என்பவர் இப்பகுதியைக் கைப் பற்றினார். இப்படியாக, பாமனி சுல்தானகம் நிறுவப்பட்டது.

அப்போதிலிருந்து 1527 வரை ஒருங்கிணைந்த பகுதியாக அவர்கள் வசமே இருந்தது. பின்னர் 1527ம் ஆண்டு சுதந்தரம்

பெற்ற தக்கண சுல்தானகங்களாக அகமத்நகர், பீஜப்பூர், கோல்கொண்டா, பீடார், பிரார் என்று தனித்தனியே பிரிந்தது.

இதுதான் முன் சரித்திரச் சுருக்கம். இங்கிருந்துதான் சிவாஜியின் முன்னோர்கள் குறித்த கதை ஆரம்பமாகிறது.

ஏனெனில் தக்கண சுல்தான்களிடம் பணியாற்றியவர்கள்தான் சிவாஜியின் முன்னோர்கள். முன்னோர்கள் என்றால் ரொம்ப ரொம்ப முன்னோர்கள் விவரமெல்லாம் இல்லை. சிவாஜியின் தாத்தாவுக்கு முந்தையவர்கள் குறித்து சரித்திரத்திலேயே இல்லை. ஆகவே தாத்தாவில் ஆரம்பிக்கலாம்!

ஷஹாஜியின் சாம்ராஜ்ய கனவு

ஒரு அரசனை மாவீரன் என்று பாராட்டுகிற வர்கள் அந்த அரசனின் சேனாதிபதியைப் பற்றி யோசித்துக் கூடப் பார்ப்பதில்லை.

வீரம் என்றால் என்ன?

பயம் இல்லாத மாதிரி நடிப்பதா? இல்லை.

வலிமையும், சாதுர்யமும் படைத்தவர் களுக்கு இவற்றின் காரணமாக அதீத தன்னம்பிக்கை உண்டாகும். ஒரு அரசனின் வலிமையும் சாதுர்யமும் அவனுடைய சேனாதிபதிதான். அப்படிப்பட்ட சேனாதிபதிகள் அமையப் பெற்ற அரசனுக்கு அதீத தன்னம்பிக்கை உண்டாகும். அந்தத் தன்னம்பிக்கையின் வெளிப்பாடுதான் வீரம். எனவே மாவீரன் என்று போற்றப்படும் அரசர் களுக்குப் பின்னால் (அல்லது பக்கத்தில்!) வலிமையும் சாதுர்யமும் நிறைந்த ஒரு சேனாதிபதி இருப்பார். தக்கணத்தின் ஜாகிர் தார் ஒருவரிடம் அப்படிப்பட்ட சேனாதிபதி ஒருவர் இருந்தார்.

2

தக்கண சுல்தான்கள் காலத்தில் ஜாகிர்தார் முறை ரொம்பப் பிரபலம். கொஞ்சம் நிலப் பகுதிகளை ஒருவரின் பொறுப்பில் விட்டு விடுவார்கள். அப்படிக் கொடுத்த பகுதிகளுக்கு ஜாகிர் என்று பெயர். அப்படி அந்தப் பகுதிகளுக்கு சொந்தக்காரர்களாக ஆக்கப்பட்டவர்கள் ஜாகிர்தார் என்று அழைக்கப்பட்டார்கள். ஏறக் குறைய அவர்கள் குறுநில மன்னர்கள் போலத்தான். ஆகவே தங்கள் பகுதியின் பாதுகாப்புக்காக சிறிய படை ஒன்றையும் அவர்கள் ராணுவம்போல வைத்திருப்பார்கள்.

அகமத்நகரின் மாலிக் ஆம்பர் அப்படி ஆயிரத்து ஐந்நூறு பேர்கள் கொண்ட படை ஒன்றைச் சொந்தமாக வைத்திருந்த ஜாகிர்தார்.

மாலிக் ஆம்பர் எத்தியோப்பியாவில் ஒரு ஏழைப் பெற்றோருக்குப் பிறந்து, வறுமை காரணமாக அவர்களால் விற்கப்பட்டவர். விலைக்கு வாங்கியவர்கள் அவரை அடிமையாகவே வைத்திருந் தார்கள். அடிமைகள் தங்கள் விலங்கை ஓடித்துக்கொண்டு வெளியில் வரும்போது மிகப் பெரிய சக்தியாக வருவார்கள். ஆம்பரும் அப்படித்தான். போர்ப் பயிற்சிகள் பெற்று தானே ஒரு சேனையை அமைத்தார். மஹாராஷ்ட்ராவின் ஔரங்காபாத் நகரை நிர்மாணித்தவரே அவர்தான். தக்காண பகுதியில் இருந்த அரசர்கள் பலருக்கும் தன் படையைத் தேவைப்படும் போதெல்லாம் வாடகைக்கு அனுப்பி வாழ்க்கை நடத்தி வந்தார். அந்தப் படையை நடத்தும் சேனாதிபதியாக இருந்தவர் மாலோஜி போஸலே(1552 – 1602).

போஸலேக்கள் தங்களை சூரியவம்சத்து ராஜபுத்திரர்களின் வழித் தோன்றலாகக் கூறிக் கொள்கிறார்கள். ராஜபுத்திரர்கள் ஷத்ரியர்கள். ஆனால் சிவாஜி ஷத்ரியராக ஏற்கப்படவில்லை என்பது ஆச்சரியம்தான் இல்லையா? அதைப் பற்றி பின்னால் பார்ப்போம்.

மாலோஜி போஸலேயின் வீரமும், அவர் படையை நடத்திய நேர்த்தியும், அவருக்கும் மாலிக் ஆம்பருக்கும் அகமத்நகர் சுல்தானிடம் (நிஸாம்சாஹிக்கள்) பெரும் பாராட்டுதலைப் பெற்றுத் தந்தது. மாலிக் ஆம்பர் நிஸாமின் முதன் மந்திரியாக ஆனார். மாலோஜி போஸலேயின் சேவையைப் பாராட்டி, அவரை நிஸாம் பூனா மற்றும் சூபே மாவட்டங்களுக்கு ஜாகிர்தாராக நியமித்தார். ஜாகிர்தார் என்பது குறுநில மன்னன் போல என்பதை முன்னமே பார்த்தோம். அந்த இரண்டு

மாவட்டங்களின் வரி வசூல், நீதித் துறை எல்லாம் ஜாகிர்தார்களின் கட்டுப்பாட்டில் இருக்கும்.

மாலோஜியைத் தொடர்ந்து அவர் மகன் ஷஹாஜி ராஜே போஸலே (1594 – 1664) மாலிக் ஆம்பரின் சேனாதிபதியாகப் பணியாற்றினார். ஷஹாஜி தன்னுடைய காலத்தில் தகப்பனார் மாலோஜிக்கு ஜாகிராக வழங்கப்பட்ட பகுதிகளைப் பாதுகாக்க படை ஒன்றை அமைத்தார். ஷஹாஜியின் வலிமையும், சாதுர்யமும் அசாத்யமானது. அவர் படை நடத்திச் சென்ற எந்தப் போரிலும் தோல்வி கண்டதில்லை என்கிற அழியாத பெயரை சரித்திரத்தில் பெற்றிருப்பவர். இதன் காரணமாக அகமத்நகர் சுல்தான், பீஜப்பூர் சுல்தான், கோல்கொண்டா சுல்தான் ஆகிய அனைவருக்கும் பணியாற்றும் சந்தர்ப்பங்கள் அவருக்கு அமைந்தன. முகலாயர்களிடம்கூடப் பணியாற்றியிருக்கிறார்.

ஷஹாஜி தன் தகப்பனார் மாலோஜிபோல தொடர்ந்து அகமத்நகர் நிஸாமின் விசுவாசியாக இல்லை. அவர் யாருக்கு விசுவாசி யாருக்கு எதிரி என்பது அவ்வப்போது மாறிக் கொண்டே வந்தது. அந்தக் காலத்து சட்டதிட்டங்களின் படி ஒருவருக்கு ஜாகிராக அளிக்கப்பட்ட பகுதிகள் அவர் காலத் துக்குப் பிறகோ அல்லது அவர் சம்பந்தப்பட்ட சுல்தானகத்தின் விசுவாசியாக இல்லாதபோதோ திரும்பப் பெற்றுக் கொள்ளப் படும். எனினும் தன் தந்தையாருக்கு ஜாகிராக அளிக்கப்பட்ட பகுதிகளையும் அதனுடன் இணைந்த சிறிய ராணுவத்தையும் எப்போதும் தன் கட்டுப்பாட்டில் தொடர்ந்து வைத்திருந்தார். அதை அவரிடமிருந்து தக்கண சுல்தான்கள் யாராலும் கைப்பற்ற இயலவில்லை.

ஷஹாஜியின் பெருமை சரித்திரத்தில் நிலைத்திருக்கக் காரணம் 1624ம் ஆண்டு நடந்த பட்வாடி போர்.

தக்கண சுல்தான்களான அகமத்நகர், பீஜப்பூர், கோல்கொண்டா சுல்தான்களிடம் ஒரு அவலம் உண்டு. அவர்களில் ஒருவர் வேறொரு அரசனால் தாக்கப்பட்டால் எல்லோருமாக இணைந்து தாக்குதல் நடத்துகிறவரை எதிர்த்து நிற்க மாட்டார்கள் அதற்கு பதிலாக, தாக்கப்படுகிறவரைத் தவிர இதர சுல்தான்கள் தாக்குகிறவரோடு சேர்ந்து கொள்வார்கள். முகலாய அரசர் ஜஹாங்கீரின் மகன் இளவரசன் குர்ராம் அப்பாவுடன் ஏற்பட்ட பிணக்கில் அரண்மனையிலிருந்து வெளியேறி ஷஹாஜியிடம்

தஞ்சமடைந்தார். குற்றாம் என்கிற பெயரில் ஜஹாங்கீருக்குப் பிள்ளையே கிடையாதே என்று குழம்புகிறவர்களுக்காக ஒரு சின்ன தகவல். குற்றாம் வேறு யாருமில்லை, பிற்காலத்தில் ஷாஜஹான் என்று அழைக்கப்பட்டவர்தான்! குற்றாமின் முழுப் பெயரை நினைவில் வைப்பதை விட கம்பராமாயணத்தில் ஒரு காதை முழுக்க மனப்பாடம் செய்து விடலாம். அவரது முழுப் பெயர்: அல்லா ஆஸாத் அபுல் முஸாஃபர் ஷஹாப் உத் தீன் முஹம்மத் குற்றாம்!

மகனைத் திரும்ப அழைத்து வர ஜஹாங்கீர் ஆட்களை அனுப்பிய போது நிஸாமின் ஆட்கள் அவர்களை நாட்டிற்குள்ளேயே சேர்க்க வில்லை. ஆத்திரமடைந்த ஜஹாங்கீர் அகமத் நகர் நிஸாமை அழித்து தன் மகனை மீட்டு வரும்படி படைகளை அனுப்பினார்.

மாலிக் ஆம்பர் முதன் மந்திரியாக இருந்ததால் நிஸாமைக் காக்கும் பொறுப்பு அவருடையதாயிற்று. தன்னுடைய படையின் சேனாதிபதியாக இருந்த ஷஹாஜியிடம் பொறுப்பை அவர் ஒப்படைத்தார். தக்கண சுல்தான்களின் வழக்கப்படி முகலாயப் படைகளுடன் அடில்சாஹி சுல்தான் (பீஜப்பூர் சுல்தான்) படைகளும் இணைந்து கொண்டன. முகலாய அரசின் ஒரு லட்சத்து இருபதாயிரம் வீரர்களுடன் பீஜப்பூர் சுல்தானின் எண்பதாயிரம் வீரர்கள் சேர்ந்து கொள்ள, அது இரண்டு லட்சம் பேர் கொண்ட மிகப் பெரிய படையாக மாறிற்று.

இவர்களை எதிர்த்து நிற்க வேண்டிய ஷஹாஜியின் பக்கம் மொத்தம் இருபதாயிரம் வீரர்கள் மட்டுமே இருந்தார்கள். அதிலும் அகமத்நகர் கோட்டையைப் பாதுகாக்கும் பொறுப்பை பத்தாயிரம் வீரர்களிடம் ஒப்படைத்து விட்டு மீதமிருந்த பத்தாயிரம் வீரர்களை மட்டும் அழைத்துக் கொண்டு ஷஹாஜி புறப்பட்டார். பத்தாயிரம் வீரர்களை வைத்துக் கொண்டு இரண்டு லட்சம் வீரர்களை எப்படி ஜெயிக்கப் போகிறோம் என்று கலக்கமடைந்து சரணடையவோ, ஓடிப் போகவோ இல்லை ஷஹாஜி. மடத்தனமாக போரில் இறங்கி செத்துப் போகவும் இல்லை. கொஞ்சம் மூளைக்கு வேலை கொடுத்தார்.

இரண்டு லட்சம் பேர்கள் வந்திருக்கும் படை எங்கே முகாமிட்டிருக்கும் என்று யோசித்தார். அவ்வளவு பேரும் காலைக் கடன்கள் முடித்து, குளித்து சாப்பிட்டு தண்ணீர் அருந்த வேண்டும் என்றால் ஏராளமான அளவு தண்ணீர் தேவைப்படும்.

இவ்வளவு தண்ணீரை நிச்சயம் அவர்கள் சுமந்து வந்திருக்க முடியாது. ஆகவே ஏதோ ஒரு நீர்நிலையின் அருகாமையில்தான் அவர்கள் முகாமிட்டிருக்க வேண்டும். மெஹகாரி ஆற்றைக் காட்டிலும் இத்தனை பேருக்கு தண்ணீர் கிடைக்கிற இடம் வேறெதுவும் அகமத்நகரிலேயே இருக்க முடியாது. ஆகவே, நிச்சயம் மெஹகாரி ஆற்றின் கரையோரமாகத்தான் எல்லோரும் இருக்க வேண்டும் என்று யூகித்தார்.

அதே ஆற்றின் குறுக்கே அணை ஒன்று இருந்தது. மழைக்கால மாதலால் அணை நிரம்பி கழுத்து வரை தண்ணீர் இருந்தது. திட்டம் உருவாகியது. வலிமை குறைவாக இருக்கும்போது எதிர்பாராத தாக்குதல் மட்டுமே கைகொடுக்கும். தன் வீரர்களை வைத்து எதிரிகள் உறங்கிக் கொண்டிருக்கும் அதிகாலை வேளையில் அணையில் ஐந்தாறு இடங்களில் உடைப்பை உண்டாக்கினார். அணையின் உயரம் அதிகமாக இருந்ததால் உடைப்பின் வழியே தண்ணீர் சீறிக்கொண்டு கடலலைபோல ஆற்றில் ஓடியது. வெள்ளப் பெருக்கின் சீற்றம் எத்தகையதாக இருந்தது என்றால் எதிரிப் படையின் யானைகளே வெள்ளத்தில் அடித்துப் போகப் பட்டன என்று சரித்திர ஆசிரியர்கள் சொல்கிறார்கள்!

எதிர்பாராத இந்த வெள்ளப் பெருக்கை என்னவென்று உணரவே எதிரிகளுக்குப் பல நிமிடங்கள் பிடித்தன. அதற்குள் வெள்ளப் பெருக்கில் எதிரிப் படையினரில் பல்லாயிரக் கணக்கானவர்கள் அடித்துப் போகப்பட்டு விட்டார்கள். இன்னும் பல்லாயிரக் கணக்கானோர் அவசரமாகத் தப்பி ஓடினார்கள். குதிரைகள், யானைகள் எல்லாம் பல வெள்ளத்தில் போயின, பல திக்குத் திசை தெரியாமல் ஓடி ஷஹாஜியின் படையினர் வசம் சிக்கின. எதிரிப் படையினரின் ஆயுதங்களை அவர்களால் உபயோகிக்க முடியாத வண்ணம் தங்களைக் காப்பாற்றிக் கொள்ளவே அவர்கள் ஓட வேண்டியதாக இருந்தது. இதற்குள் அவர்களுக்கு உணவும், ஆயுதமும் வரும் வழிகளும் அடைக்கப்பட்டன. இரண்டு லட்சம் பேர் கொண்ட எதிரிப் படை சில நிமிஷங் களில் சில நூறு பேர்களாக ஆயிற்று! அந்த சில நூறு பேர் களையும் ஷஹாஜியின் படையினர் சுற்றி வளைத்தார்கள்.

இதனால்தான் வீரம் என்பது வலிமையும் சாதுர்யமும் இணைந்தது என்று ஆரம்பத்தில் சொன்னேன். இப்படிப்பட்ட தாக்குதல்களில் விற்பன்னர் என்பதால் ஷஹாஜியை கொரில்லா

போர் முறையின் தாத்தா என்றும் சொல்வார்கள். உண்மையில் இந்த கொரில்லாப் போர்முறை மாலிக் ஆம்பரிடமிருந்து உருவானது. அது மாலோஜியால் கொஞ்சமும், ஷஹாஜியால் கொஞ்சமும் பட்டை தீட்டப்பட்டு சிவாஜி காலத்தில் வெறும் மறைந்து தாக்கும் முறையாக இல்லாமல் அதில் ஏகப்பட்ட சாதுர்யங்கள் இணைந்து கொண்டன.

இத்தனை சிரமப்பட்டு, போரில் தன் சகோதரனையெல்லாம் பலி கொடுத்து, மிகச் சாதுர்யமாக திட்டமிட்டு நிஸாமை ஷஹாஜி காப்பாற்றினார். ஆனால் ஷஹாஜிக்கு வர வேண்டிய பெருமையையும் பாராட்டையும் கீழ்த்தரமாக அரசியல் செய்து தானே அபகரித்துக் கொண்டார் மாலிக் ஆம்பர். நிஸாமிடம் வெற்றியைப் பற்றிச் சொல்லும் போது ஷஹாஜியின் பெயரைக் கூடச் சொல்லவில்லை மாலிக் ஆம்பர். மொத்த திட்டமும் தன்னுடைய முயற்சியில் உருவானது போலச் சொல்லி பெருமை அடித்துக் கொண்டார். மாலிக் ஆம்பரின் இந்த சில்லரைப் புத்தி ஷஹாஜியை நோக அடித்தது. பாராட்டும் பரிசும்கூட வேண்டாம், விசுவாசத்திற்கும் திறமைக்கும் ஒரு அங்கீகாரமாவது வேண்டாமா? பெரிய நிறுவனங்களிலிருந்து திறமையான ஊழியர்கள் வெளியேறுவதற்குப் பெரும்பாலும் இதுதான் காரணமாக இருக்கும். சிலருடைய மேலாளர்கள் தங்களின் கீழ் வேலை பார்ப்பவர்களின் திறமைகளை சுத்தமாக மறைத்து அவைகளைத் தனதாக்கிக் கொள்வார்கள்.

ஆகவே ஷஹாஜி அகமத்நகர் நிஸாமிடமிருந்து விலகி அடில்ஸாஹி சுல்தானிடம் சேர்ந்தார். அடில்சாஹிக்களுக்கு தங்கள் படையினரை எதிர்த்துப் போர் செய்து ஜெயித்தவர் என்றாலும் ஷஹாஜியை அழைத்துக் கொள்வதில் தயக்கமேதும் இல்லை. உண்மையில் அவர்கள் மிகுந்த பெருமிதமும் சந்தோஷமும் அடைந்தார்கள். இன்று நிஸாம்சாஹிக்களைத் தாக்கிய முகலாயர்கள் நாளை தங்களையும் தாக்க முற்படலாம். அப்போது ஷஹாஜி தங்கள் பக்கம் இருப்பது தெரிந்தால் முகலாயர்களுக்குத் தயக்கமும் அச்சமும் ஏற்படுமே! ஆகவே ஷஹாஜி இப்போது எங்கள் பக்கம் என்பதை எல்லோரும் அறியச் செய்கிற மாதிரி நடந்து கொண்டார்கள்.

நிஸாம்சாஹிக்கள் செய்த தவறை அடில்சாஹிக்கள் செய்ய வில்லை. ஷஹாஜியை அவர்கள் பெருமதிப்புடன் வைத்திருந் தார்கள். அங்கே ஷஹாஜியின் வீரமும், விவேகமும் பெரும்

பாராட்டைப் பெற்றன. சர்லஷ்கர் என்கிற பட்டத்தைக் கொடுத்து கௌரவித்தார்கள். பெங்களூரை ஜாகிராக வழங்கினார்கள். ஏற்கெனவே பூனா, சூப்பே பகுதிகள் ஜாகிராக இருக்க, ஷஹாஜியின் கிரீடத்தில் இன்னொரு வைரமாக பெங்களூர் அமைந்தது.

ஷஹாஜிக்கு மராட்டிய சாம்ராஜ்யத்தை உருவாக்க வேண்டும் என்கிற ஆவல் பல ஆண்டுகளாக இருந்தது. மூத்தமகன் ஷாம்பாஜி ராஜேவை அழைத்துக்கொண்டு பெங்களூருக்குச் சென்று அங்கே அதற்கான ஏற்பாடுகளைச் செய்ய முடிவு செய்தார். (இப்படி ஒரு சாரார் சொல்கிறார்கள். இன்னொரு சாரார் இளைய மனைவியின் பால் ஏற்பட்ட மயக்கத்தில் மூத்த மனைவி ஜீஜாபாயை ஒதுக்கிவிட்டுப் போய்விட்டதாகவும் சொல்கிறார்கள்.) மனைவி ஜீஜாபாயையும், இளைய மகனையும் தனியாக விட முடியாது. நிஸாமிடமிருந்து விலகி விட்டால் அவரது ஆட்களால் மனைவிக்கும் மகனுக்கும் ஏதாவது துன்பம் நேரலாம். ஆகவே தன்னுடைய பாதுகாப்பில் இருந்த பூனாவின் சிவனேரி கோட்டைக்கு அவர்களை அனுப்பி வைத்தார். மனைவியையும் மகனையும் பாதுகாப்பாகப் பார்த்துக் கொள்ளும் பொறுப்பைத் தன் படையில் இருந்த நம்பகமான தளபதிகளில் ஒருவரிடம் ஒப்படைத்தார்.

அந்த இளைய மகனின் பெயர் சிவாஜி போஸலே.

அம்மா பிள்ளை!

ஆம்!

சத்ரபதி சிவாஜி ராஜவம்சத்தில் வந்தவரல்ல. சேனாதிபதிகள் வம்சத்தில் வந்தவர். ஆகவே சிவாஜியை மாவீரன் என்று சொல்லும்போது அந்தப் பாராட்டு முழுமையாக அவரையே சேரும். ராஜ வம்சத்தில், ராஜாவின் மகனாகப் பிறந்து நாடாள்வதில் பெரிய சிறப்பு எதுவு மில்லை. அப்படிச் செய்வது பிறப்பால் வருகிற உரிமை. அதில் சம்பந்தப்பட்டவரின் பெருமை ஏதுமில்லை. தகுதி இருந்தாலும் இல்லையென்றாலும் அந்தப் பதவி கிடைக்கும். சேனாதிபதியின் மகனாகப் பிறந்து நாடாண்டு, தன்னிலிருந்து தொடங்கி தன் தலைமுறையை ராஜவம்சமாக ஆக்கு வது சிறப்பிலும் சிறப்பு. அசாத்தியமான தகுதியும் திறமையும் இருந்தால் மட்டுமே அது முடியும். இதுதான் சிவாஜியின் முதன்மையான சிறப்பு.

3

சிவாஜியின் முன்னோர்களான போஸ லேக்கள் மராட்டியர்கள் அல்ல, அவர்கள்

உதய்பூரிலிருந்து குடி பெயர்ந்து வந்த ராஜபுத்திரர்கள் என்றொரு கருத்தும், இல்லை அவர்கள் கன்னடர்கள், வட கர்நாடகா விலிருந்து வந்தவர்கள் என்றொரு கருத்தும் உண்டு. நாம் தெளிவுக்காக சிவாஜியை மராட்டியராகவே கருதுவோம்.

சிவாஜியின் பெயர் உண்மையில் ஷிவாய்ஜி என்று இருக்க வேண்டும். அதற்கொரு காரணம் உண்டு.

ஷஹாஜி நிஸாமிடமும், பீஜப்பூர் சுல்தானிடமும், முகலாயர் களிடமும் மாறி மாறிப் பணியாற்றினார். எப்போது யாரால் ஊறு வரும் என்பது தெரியாது. ஆகவே சிவாஜி பிறக்க வேண்டி யிருந்த போதும் சிவனேரி கோட்டைக்குத்தான் அவர் கர்ப்பிணி ஜீஜபாயை அனுப்பினார். ஜீஜபாய்க்குப் பிறந்த முதல் மூன்று குழந்தைகளும் மிகச் சிறு வயதிலேயே இறந்து விட்டன. சிவாஜியின் மூத்த சகோதரர் சம்பாஜிதான் உயிருடன் பிழைத்த முதல் பிள்ளை. (அந்த சம்பாஜியும் இளம் வயதிலேயே இறந்து விட்டார். அப்போதுதான் ஜீஜபாயை துரதிஷ்டம் பிடித்தவர் என்று முடிவே கட்டி, முகத்திலேயே முழிப்பதில்லை என்று ஷகாஜி முடிவு செய்ததாக ஒரு கருத்து உண்டு.) பிரசவம் என்றதுமே ஜீஜபாய்க்கு குழந்தையின் பாதுகாப்பு, ஆரோக்கியம் குறித்த கவலைதான் உண்டாயிற்று.

சிவனேரி கோட்டைக்குள் ஒரு சிறிய ஆலயம் இருந்தது. அதில் பிரதிஷ்டை செய்திருந்த ஷிவாயி(பார்வதி தேவி) இடம் நல்லபடியாகப் பிரசவமாகி ஆரோக்கியமான குழந்தை பிறக்க வேண்டும் என்று ஜீஜபாய் வேண்டிக் கொண்டார். அப்படியே பிறந்ததும், அதற்கு நன்றிக் கடனாக ஷிவாயிஜி என்று மகனுக்குப் பெயர் சூட்டினார். அதாவது காந்திஜி, நேருஜி, இந்திராஜி போல ஷிவாயியை மரியாதையாக ஷிவாயிஜி என்று குறிப்பிடுமாறு அமைந்த பெயர். அதற்கு முன்னர் அந்த வம்சத்திலேயே ஷிவாயி(ஜி) என்று ஒரு ஆணுக்குப் பெயர் கிடையாது. அதுதான் உச்சரிப்பளவில் திரிந்து பின்னால் சிவாஜி ஆயிற்று. சிவாஜி பிறந்தது 1630ம் ஆண்டா, 1627ம் ஆண்டா என்பதில் தெளிவில்லை. மகாராஷ்ட்ர அரசு அங்கீகரித்த தேதி பிப்ரவரி 19, 1630.

அரசர்கள் காலத்தில் புகைப்படம் கிடையாதே, எப்படி ஒவ்வொரு அரசரையும் இவர் இப்படித்தான் இருந்தார் என்று உருவத்தை வரைகிறார்கள் என்று நம்மில் பலர் ஆச்சரியப்

பட்டிருப்போம். சில அரசர்களை அவர்கள் காலத்திலேயே தேர்ந்த ஓவியர்கள் சித்திரமாகத் தீட்டி இருக்கிறார்கள். ஆனால் எல்லா அரசர்கள் காலத்திலும் அப்படிப்பட்ட சித்திரம் தீட்டப் பட்டதாகத் தெரியவில்லை. சிவாஜியின் சித்திரம்கூட அவர் காலத்து ஓவியர் தீட்டியது அல்ல.

சிவாஜியைப் பற்றிப் படிக்கும்போது உங்கள் மனதில் தோன்றும் உருவம் அநேகமாக ராமன் எத்தனை ராமனடி படத்தில் சிவாஜியாகத் தோன்றிய சிவாஜி கணேசனின் உருவமாகவோ அல்லது அவருக்கு சிவாஜி பட்டத்தைப் பெற்றுத் தந்த நாடகத் தின் ஸ்டில்களில் பார்த்த சிவாஜி கணேசனாகவோ இருக்கலாம். சிவாஜியின் காலம் கிழக்கிந்தியக் கம்பெனியின் காலத்துக்குப் பிந்தையதுதான். எனவே 1672ம் ஆண்டிலிருந்து 1678ம் ஆண்டுக்குள் பல ஐரோப்பியர்கள் சிவாஜியைச் சந்தித்திருக் கிறார்கள். ஸ்டீஃபன் உஸ்டிக், தாமஸ் நிக்கோலஸ், ஆக்ஸெண்டன், சாமுவேல் ஆஸ்டின் என்கிற பலர் இதில் அடக்கம். இவர்கள் வாய்மொழியாக வந்த சிவாஜி குறித்த வர்ணனைகளை எஸ்காலியட் என்பவர் பின்வருமாறு தொகுக்கிறார்:

சிவாஜி நடுத்தர உயரமானவர், சுமார் அறுபத்தைந்து கிலோ எடைதான் இருப்பார் என்றாலும் மிகச் சீரான ஆரோக்கியமான உடல் வடிவமைப்பு, தொடர்ச்சியாக உடற்பயிற்சி செய்பவர் என்பதற்கு ஆதாரமாக இந்த வடிவமைப்பு விளங்கியது. சிவாஜி அவருடைய இனத்தவர்கள் அனைவரையும்விட நிறமானவர். வேகமானவர், சுறுசுறுப்பானவர், துறுதுறுப்பான துளைக்கும் பார்வையைக் கொண்டவர். பேசும் போதெல்லாம் மெல்லிய புன்னகையோடு பேசுபவர். ஒரு நாளைக்கு ஒரு வேளை உணவு மட்டுமே சாப்பிடுவாராம். சிவாஜியைப் பார்த்த யாருமே அவருடைய பார்வையில் புத்திசாலித்தனமும், சாதுர்யமும் தெரிந்ததைச் சொல்லாமல் விடவில்லை.

சிவாஜியின் தோற்றம் இப்படித்தான் இருக்குமென்று வரையப் பட்ட படம் அவருடன் நேரில் உரையாடும் சந்தர்ப்பங்கள் அமையப் பெற்ற மனுக்கி என்பவர் சொல்லச் சொல்ல பீர் முகம்மது என்பவர் 1688ம் ஆண்டு வரைந்த படமேயாகும். சிவாஜி 1680ம் ஆண்டே இறந்துவிட்டார். இன்றைக்குப் புழக்கத்தில் இருக்கும் படங்கள் எல்லாம் அதன் அடிப்படை யில் வரையப்பட்டனவேயே.

சிவாஜி முழுக்க முழுக்க அம்மா பிள்ளையாகவே வளர்ந்தார். ஷஹாஜி சிவாஜியுடன் இல்லை என்பது மட்டுமல்ல, அவருடைய அபிமானக் குழந்தை, இளைய மனைவி துக்கா பாய்க்குப் பிறந்த வியாங்கோஜிதான். இந்த இடத்தில் ஒரு சின்ன ஃப்ளாஷ் பேக்.

ஜீஜபாயின் தாயாருக்கு அவரை ஷஹாஜிக்கு மணமுடிப்பதில் சம்மதமே இல்லையாம். செல்வத்திலும், சமூக அந்தஸ்திலும் தங்களுக்கு இணையாக இல்லாத மாலோஜி குடும்பத்துடன் சம்பந்தம் செய்வதை அவர் சம்மதிக்கவே இல்லை. மனைவி மட்டும் இல்லை தங்கள் மொத்தக் குடும்பமுமே சம்மதிக்காதது கண்டு ஜாதவ்ராவ் திருமணத்திற்கு தான் கொடுத்த சம்மதத்தைத் திரும்பப் பெற்றுக் கொண்டார். இதை மாலோஜி அடியோடு விரும்பவில்லை. அத்துடன் பால்ய சினேகிதரும் நம்பகமான சேனாதிபதியுமான மாலோஜிக்கும் ஜாதவ்ராவுக்கும் இருந்த நட்பு அறுந்து போனது. இதற்குப் பிறகுதான் மாலோஜி மாலிக் ஆம்பரிடம் பணியில் சேர்ந்தார்.

ஷஹாஜியின் திருமணம் ஜாதவ்ராவின் சம்மதம் இன்றியே நடந்தது. இந்த எரிச்சல் ஷஹாஜிக்கு நீண்ட காலம் இருந்தது. அதுதான் அவர் ஜீஜபாயைப் பிரியக் காரணமாகவும் இருந்தது. மனைவியிடமிருந்து பிரிந்ததை வெறுப்பின் காரணமாக என்பதை உலகத்துக்குக் காட்டிக் கொள்ளவில்லை ஷஹாஜி. ஆனால் இந்த வெறுப்பு பல்வேறு விதமாக வெளியில் வந்தது. ஜீஜபாய்க்குப் பிறந்த குழந்தைகள் வரிசையாக இறந்த போதுகூட இன்னாருக்குப் பிறந்தவள்தானே, இப்படித்தான் ஆகும் என்கிற மாதிரி இருந்தது ஷஹாஜியின் மனப்பாங்கு.

ஷஹாஜி பெங்களூர் செல்லும்போது சிவாஜிக்கு பனிரெண்டு வயதுதான். ஆகவே ஜீஜபாயையும், சிவாஜியையும் பார்த்துக் கொள்ளும் பொறுப்பை தன் நண்பன் தாதாஜி கொண்டதேவ் குல்கர்னியிடம் ஒப்படைத்தார். தாதாஜி ஷஹாஜியின் படையில் தளபதியாக இருந்தார். படை வீரர்களுக்குப் பயிற்சி தரும் பொறுப்பையும் ஏற்றிருந்தார். பதினாறாம் நூற்றாண்டில் இந்தியாவில் இருந்த மிகச் சில தற்காப்புக் கலை வல்லுனர் களில் ஒருவர் தாதாஜி. அப்போதெல்லாம் இந்தியாவில் அப்படிப்பட்ட கலை தெரிந்தவர்களே கிடையாது. அதற்குப் பின்னும் பல்லாண்டுகளுக்குக் கிடையாது. நெடுங்காலம் கழித்து ஜப்பானிலிருந்து அந்தக் கலைகள் நம் நாட்டுக்கு

இறக்குமதி ஆயின. அப்படியென்றால் தாதாஜி கொண்டதேவின் திறமைகள் எத்தகையவை என்பது புரியும். ஷஹாஜியிடம் மிகுந்த விசுவாசம் கொண்டவர் தாதாஜி.

ஆகையால் தன் திறமைகள் மொத்தத்தையும் அப்படியே சிவாஜிக்குக் கற்பித்தார். ஒருவர் என்னதான் திறமைசாலியாக இருந்தாலும் அந்தத் திறமைகளை யாருக்கு வேண்டுமானாலும் முழுமையாகக் கற்பித்து விட முடியாது. சிவாஜி ஒரு தளபதி யின், ஒரு போர்ப் பயிற்சி பெற்றவரின் மகன். அந்தத் திறமைகள் அவருடைய ஜீன்களில் இருந்தே தீரும். ஆகவே கற்பிப்பது தாதாஜிக்கும், கற்பது சிவாஜிக்கும் எளிதாக இருந்தது.

ஷஹாஜியின் ஜாகிரான பூனா மற்றும் சூப்பே பகுதிகளை தாதாஜி நிர்வாகம் செய்யும் முறைகளையும், அந்தப் பகுதிகளைப் பாதுகாக்கும் முறைகளையும் சிவாஜி அவருடனே இருந்து பார்த்தபடி வளர்ந்தார். கற்றலிற் கேட்டல் நன்று. கேட்டலிற் காணல் நன்று என்பார்கள். நிர்வாகத்தையும், பாதுகாப்பு முறைகளையும் பார்த்தே வளர்ந்தார் சிவாஜி. எந்த ஒரு விஷயத்தையும் அடுத்த தலைமுறை முந்தைய தலைமுறையை விட எளிதாகவும் சிறப்பாகவும் செய்யும் திறமை படைத்ததாக இருக்கும். இந்த விஷயம் சிவாஜி விஷயத்தில் மட்டும் எப்படிப் பொய்யாகும்? கற்றவைகளைப் பலமடங்கு சிறப்பாகச் செயல் படுத்தினார்.

தாதாஜி கொண்டதேவ் சண்டைப் பயிற்சிகளை அளித்தது மட்டுமல்லாது, சிவாஜி என்கிற மாமனிதர் உருவாகக் காரண மாக இருந்த விழுமியங்களையும் சொல்லிக் கொடுத்து வளர்த் தார். சொல்லிக் கொடுத்து என்றால் இன்னின்னது எல்லாம் விழுமியங்கள் என்று போதிப்பது அல்ல. மகாராஷ்டிரத்தை முன்னர் ஆண்டவர்கள் யார் என்பதைச் சொல்வார். இப்போது ஆள்கிறவர்கள் யார் என்பதைச் சொல்வார். அவர்கள் எங்கிருந்து வந்தவர்கள் என்பதைச் சொல்வார். இப்படி நாடெங்கிலும் அந்நிய சக்திகள் ஆக்கிரமித்திருப்பதைச் சுட்டிக் காட்டுவார். இந்துக்களும் இந்து மதமும் நசித்து வருவதைச் சுட்டிக் காட்டுவார். அவைகளை யாராவது காப்பாற்ற வேண்டியது அவசியம் என்பதைச் சொல்வார்.

இந்து அரசர்களையும், இந்து சக்திகளையும் இந்தப் பணிக்கு நீ கூட்டு சேர்த்துக் கொள்ள வேண்டும் என்று அறிவுறுத்துவார்.

இந்தப் பணியை நீ செவ்வனே செய்து முடித்தால் கடவுளின் அருளும், பெரிய ஞானிகளின் ஆசியும் உனக்குப் பரிபூரணமாக இருக்கும் என்றும் அடிக்கடி சொல்வார். அவர் சொன்னது போலவே ராம்தாஸ் சுவாமிகளின் அன்பும், ஆசியும் சிவாஜிக்குப் பிற்காலத்தில் கிடைத்தது.

ஒரு மனிதர் பதின்மப் பருவத்தில் என்ன மாதிரியான சூழலில் வளர்கிறார், எதையெல்லாம் உயர்வான விஷயங்களாக நினைக் கிறார், என்ன மாதிரி பழக்கங்களைக் கற்றுக் கொள்கிறார் என்ப தெல்லாம் மிக முக்கியம். அந்த விஷயங்கள்தான் அவருடைய வாழ்க்கையையே தீர்மானிக்கும். சிவாஜி பள்ளிக்குச் சென்று கல்வி கற்காதது ஒரு வகையில் நல்ல பலன்களைக் கொடுத்தது என்றுதான் சொல்ல வேண்டும். பள்ளிக்குப் போயிருந்தால் பல்வேறு விதமான குடும்பங்களிலிருந்து வந்த பலதிறப்பட்ட பையன்களுடன் பழகியிருப்பார். அதன் மூலம் சில தவறான வழக்கங்கள் வந்திருக்கலாம். ஆனால் முழுக்க முழுக்க தாயின் அரவணைப்பிலும், தாதாஜி கொண்டதேவின் வழிநடத்து தலிலும் வளர்ந்ததால் மிக உயர்ந்த குணங்களுடன் வளர்ந்தார்.

தாதாஜி சிவாஜிக்கு நிர்வாகமும், ராணுவப் பயிற்சியும் கொடுத் தார். சிவாஜியின் தாயார் ஜீஜாபாய் அவருக்கு நல்லொழுக்கமும், மதப் பற்றும், கடவுள் நம்பிக்கையும் கற்றுக் கொடுத்தார். அதற்குக் காரணம் இருந்தது. வாழ்க்கையில் ஏமாற்றத்தைச் சந்தித்தால் ஆண்கள் குடிகாரர்களாக ஆவதுபோல பெண்கள் ஆன்மிகத்தில் ஆழ்ந்த ஈடுபாடு கொண்டவர்களாக மாறி விடுகிறார்கள். கணவனால் கைவிடப்பட்ட ஜீஜாபாய் தன்னை முழுவதுமாக ஆன்மிகத்துக்கு அர்ப்பணித்துக் கொண்டார். அதே வழியில் தன் மகனையும் வளர்த்தார்.

இந்து மத விழுமியங்களைச் சொல்லித் தந்து சிவாஜியை வளர்த் தார். ராமாயணம், மஹாபாரதம் இரண்டையும் மிகுந்த ஈடுபாட்டுடன் சிவாஜி படித்தறிந்தார். ஜீஜாபாய் சிவாஜிக்கு இந்து மதத்தின் விழுமியங்களையும், உயர்வையும் திரும்பத் திரும்பச் சொல்லித் தந்ததற்கு இன்னொரு காரணமும் உண்டு. முகலாயர் களிடம் தேவகிரியை இழந்த யாதவர் வம்சத்தில் பிறந்தவர் ஜீஜாபாய். லக்குஜிராவ் ஜாதவ் என்கிற மிகப் பெரிய செல்வந்தரின் மகள்தான் ஜீஜாபாய். தங்கள் முன்னோர்கள் இழந்த நாட்டை சிவாஜி திரும்பக் கைப்பற்ற வேண்டும் என்கிற நோக்கத்தி லேயே வளர்த்தார் என்றே சொல்ல வேண்டும்.

தந்தையார் அருகில் இல்லாமல் தாயின் கண்காணிப்பிலேயே வளர்ந்தவர் என்பதாலோ என்னவோ தாயார் மீது மிகுந்த பாசம் கொண்டவர் சிவாஜி. தாயின் ஆழ்ந்த ஆன்மிகப் பற்று சிவாஜிக்கும் இந்து மதத்தின் பால் தீவிரமான ஈடுபாட்டை உண்டாக்கியது. இந்துமதம் சொன்ன அறவுரைகள் அனைத்தை யும் கற்றறிவதிலும் அது தொடர்பான ஐயங்களைத் தெளிவு செய்து கொள்வதிலும் மிகுந்த ஆர்வம் காட்டினார்.

இந்து மதப் பெரியவர்களை மட்டுமல்லாது சூஃபிக்கள் என்று அழைக்கப்படும் இஸ்லாமியத் துறவிகளையும் சந்தித்து அறவுரைகள் கேட்பது சிவாஜியின் வழக்கமாக இருந்தது. இப்படி தாயிடமும், மதப் பெரியவர்களிடமுமே பெரும்பாலும் கல்வி கற்றார் சிவாஜி. அவரைப் படிப்பறிவில்லாதவர் என்று சொல்பவர்கள் உண்டு. காரணம் அவர் கைப்பட எழுதியதாக எந்த தஸ்தாவேஜ_ம் கிடையாதாம். அவருடன் நேரில் பழகிய ஐரோப்பியர்கள், அவரிடம் ஏதேனும் கடிதமோ தஸ்தாவேஜோ தரப்பட்டால் தன் அமைச்சர்களிடம் கொடுத்துப் படிக்கச் சொல்வதே அவர் வழக்கமாக இருந்ததாம். ஆகவே இந்திய சரித்திரத்தில் அக்பர், ஹைதர் அலி, ரஞ்சித் சிங்கைத் தொடர்ந்து சிவாஜியும் கல்வியறிவு இல்லாதவர் என்று சொல்வார்கள். முறைப்படி கல்விச்சாலை சென்று கற்கவில்லையே ஒழிய படிப்பறிவில்லாதவர் அல்ல என்று சொல்பவர்களும் உண்டு. ஏறக்குறைய பத்து வயதைக் கடந்த பிறகுதான் அவருக்கு அட்சராப்பியாசம் செய்தார்களாம்.

சிறுவனாக இருந்தபோது சிவாஜி தன் பகுதியில் இருந்த மலைவாழ் மக்களின் பிள்ளைகளுடன் சுற்றித் திரிந்தார். தலைமுறை தலைமுறையாக அவர்கள் வாழ்ந்து வரும் தன்னிச்சையான, அபாயகரமான வாழ்க்கையின் சாதனைக் கதைகளைக் கேட்டே வளர்ந்தார். உயிருக்கு அஞ்சாமல் அனுதினமும் அபாயத்துடன் கைகுலுக்கி அவர்களது முன்னோர்கள் வாழ்ந்த கதைகள் சிவாஜியை மிகவும் கவர்ந்தது. அச்சம் என்பது அறவே அற்றுப் போனது. சவாலான வாழ்க்கை யில் ஆர்வம் உண்டாயிற்று. நோகாமல் இருக்க வேண்டும் என்கிற நினைப்பு இருப்பதால்தான் வாழ்க்கையில் திறமைகள் இருந்தாலும் பலர் எதுவுமே சாதிப்பதில்லை. சுகவாழ்க்கை யைத் தியாகம் செய்து, சவால்களைச் சந்திக்கும் மனப்பான்மை இருப்பவர்கள் மட்டுமே சாதனையாளர்களாக ஆகிறார்கள்.

இப்படி சவால்களை எதிர்கொள்ளும் மனப் பக்குவம் கொண்ட வர்கள் திறமையில் சற்றுக் குறைவானவர்களாக இருந்தாலும் சாதிக்கிறார்கள். சிவாஜியின் வெற்றிகளுக்கு இந்த சவால்களை எதிர்கொள்ளும் மனப் பக்குவம்தான் காரணம். நோகாமல் சுகவாசியாக வாழ வேண்டும் என்று அவர் நினைத்ததில்லை.

இப்படிச் சின்ன வயதில் சுற்றித் திரியும் போதே அந்தப் பகுதியின் மேடு பள்ளங்கள், மறைவிடங்கள், சுருக்கு வழிகள் அத்தனையும் அத்துப்படி ஆயின சிவாஜிக்கு. பீஜப்பூர் நிர்வாகத்தின் கோட்டைகள் சரியாகப் பாதுகாக்கப் படாமல் இருப்பதையும் கவனிக்க அவர் தவறவில்லை. எந்த நேரத்தில் எத்தனை பேர் எந்தெந்த இடங்களில் காவல் இருப்பார்கள், அவர்கள் அயர்ந்திருக்கும் சமயங்கள் எது என்பதையெல்லாம் கூடக் கவனித்து வைத்துக் கொள்வார். பீஜப்பூர் சுல்தான்களின் மெத்தனம் அவர் மனதில் பதிந்தது.

சிவாஜிக்கு (முதல்) திருமணம் நடக்கும் போது அவருக்கு வயது பனிரெண்டு. அவரை மணந்த சாய்பாய்க்கு வயது ஏழு. பால்ய விவாகங்கள் அந்தக் காலத்தில் சர்வ சாதாரணமானவை. முதோஜிராவ் நாயக் நிம்பால்கர் என்பவரின் மகள் சாய்பாய். ஜீஜபாயைப் போலவே சாய்பாயும் அரச குடும்பத்தைச் சேர்ந்தவர். சத்தாரா மாவட்டத்தின் ஃபால்ட்டன் பகுதியை யாதவர்களைத் தொடர்ந்து ஆண்ட குடும்பம் அவருடையது. முதோஜியின் தகப்பனார் ஜக்பல்ராவ் நிம்பால்காரின் சகோதரி தீபாபாயைத்தான் மாலோஜி கல்யாணம் செய்திருந்தார். அதாவது சிவாஜியின் மாமனாரின் அத்தைதான் அவரது பாட்டி. ராஜ குடும்பத்தினர் ஷத்ரியர் அல்லாதவர்களுடன் சம்பந்தம் செய்வதில்லை பொதுவாக. ஆனால் முதோஜி சம்பந்தம் செய்ய முன்வருவதற்குக் காரணம் உண்டு. முதோஜி அடில்சாஹிக்களின் கைதியாக சத்தாரா கோட்டையில் இருந்த போது அவர் தப்பிச் செல்ல உதவியவர் ஷஹாஜி. இதனால் ஏற்பட்ட நட்பின் காரணமாக தன் மகளை ஷஹாஜியின் மகனுக்கு மணம் செய்து கொடுத்தார் அவர். ஆனாலும் திருமணம் நடந்த போது ஷஹாஜியோ, சிவாஜியின் சகோதரனோ உடனில்லாதது குறிப்பிடத் தகுந்தது. ஷஹாஜி கர்நாடகாவில் தனது மூத்த மகன் மற்றும் இரண்டாம் மனைவி சகிதம் வாழ்ந்து கொண்டிருந்தார்.

சிவாஜி, சாய்பாய் தம்பதிக்கு மூன்று மகள்களுக்குப் பிறகு சம்பாஜி என்கிற மகன் அவர்களுக்குப் பிறந்தான். ஆனால் மகன்

பிறந்தது முதல் நோய்வாய்ப்பட்டுப் படுத்தார் சாய்பாய். மகன் இரண்டு வயதாக இருக்கும் போது இறந்து போனார். இறக்கும் போது அவருக்கு வயது 26. அந்த சமயம் சிவாஜி அஃப்ஸல்கானைச் சந்திக்கப் புறப்பட்டுக் கொண்டிருந்தார். ஆயினும் அஃப்ஸல்கானுடனான சந்திப்பில் சிவாஜிக்குத்தான் வெற்றி என்பது குறிப்பிடத் தகுந்தது.

சாய்பாய் நோய்வாய்ப்பட்டிருக்கும்போதே சிவாஜி சோயராபாயை இரண்டாம் தாரமாக மணந்து கொண்டு விட்டார். சோயராபாய் சிவாஜியின் தலைமைப் படைத் தளபதியான ஹம்பிராவ் மோஹித்தேயின் சகோதரி. சிவாஜியின் பால் அவருக்கு மிகுந்த ஈடுபாடு. எப்போதும் சிவாஜியுடனே இருக்கும் அவர், சிவாஜி தன் அன்னை ஜீஜாபாயுடன் தந்தையைப் பார்க்க பெங்களூர் சென்றபோது கூடவே சென்றார். சிவாஜியின் சிற்றன்னை துக்காபாய் அவளைத் திருமணம் செய்து கொள்ளும்படி சிவாஜிக்கு ஆலோசனை சொன்னார். மனைவி நோய்வாய்ப் பட்டிருப்பதைக் காரணம் காட்டி அவர் சொன்னாலும் ஜீஜாபாய்க்கு அதில் விருப்பம் இல்லை. தனக்கு நேர்ந்த கதி இன்னொரு பெண்ணுக்கு நேர எந்தத் தாய் சம்மதிப்பாள்?

ஆயினும் திருமணம் நடந்தது. அவர்களுக்கு ராஜாராம் என்கிற ஒரு மகனும் பிறந்தான். இது தவிர இன்னும் ஆறு மனைவியர் சிவாஜிக்கு உண்டு என்பார்கள். அவர்கள் குறித்தெல்லாம் அதிகத் தகவல்கள் இல்லை. பலதார மணமெல்லாம் அரசர்களைப் பொறுத்தவரை அப்போது சர்வ சாதாரணம்.

பதினாறு வயதாகும் போது சிவாஜி, 'இந்துத் தன்னாட்சி நாடு (Hindavi Swarajya)' உருவாக்கும் ஆர்வத்தை ஒரு திட்டமாக தாதாஜி நரஸ் பிரபு என்கிறவருக்கு எழுதிய கடிதத்தில் குறிப்பிட்டிருப்பதாக சரித்திரம் சொல்கிறது. தாதாஜி நரஸ் பிரபு என்பவர் சிவாஜியின் ஜாகிரில் நிலங்களை நிர்வகிப்பவராக இருந்தவர். எந்த காண்டெக்ஸ்டில் அவருக்கு இந்த விஷயத்தை எழுதினாரோ அந்த விவரம் இல்லை.

அந்தச் சமயம் இந்தியாவெங்கும் முகலாயர்கள், அடில்சாஹி சுல்தான்கள், பீஜப்பூர் சுல்தான், கோல்கொண்டா சுல்தான் என்று இஸ்லாமிய அரசர்களின் ஆட்சி நடந்து கொண்டிருந்தது. இந்த மண்ணிலேயே பிறந்த ராஜ வம்சாவளியினர் எல்லோரும் ஆட்சி பறிக்கப்பட்டு வெளிநாட்டிலிருந்த வந்த அரசர்களிடம் அடிமை

களாக ஆயினர். இந்துக்களுக்கு மத உரிமை பெற்றுத் தரும் நோக்கில் உண்டான கருத்து இந்துத் தன்னாட்சி என்கிற சித்தாந்தம். இந்து ராஷ்ட்ரம் என்கிற இந்த சித்தாந்தம் இன்றளவும் பேச்சில் இருப்பதை நாம் அறிவோம். சிவாஜியின் இந்த இந்து ராஜ்ய முயற்சிகள் தொடர்பாக அவர் காலத்தில் நிறைய முனைப்புகள் மேற்கொள்ளப்பட்டன. மதம் மாறிய இந்துக்களைத் திரும்ப ஏற்கும் ஏற்பாடு அவைகளில் முக்கிய மானது. இதற்குக் காரணமான சம்பவம் ஒன்று உண்டு.

சிவாஜிக்கு நிறைய வெற்றிகளைப் பெற்றுத் தந்தவர், சிவாஜியின் வழிமுறைகளை அப்படியே பின்பற்றி சிவாஜியின் பிம்பம் என்னும் பெயர் பெற்றவர் நேதாஜி பால்கர் என்னும் தளபதி. சிவாஜியை எந்த அளவுக்குப் பின் பற்றியவர் என்றால், சிவாஜியின் தந்திரங்கள்கூட அப்படியே செய்யத் தெரிந்தவர். சிவாஜி ஆக்ராவில் காவலில் இருந்த போது ஜெய்சிங்கின் படைகளை நடத்திச் சென்று அடில்சாஹிக்களுடன் சண்டை போட வேண்டியிருந்தது. முகலாயர்கள் எப்போதுமே தாங்கள் போரிட்டு தங்கள் கட்டுப்பாட்டில் கொண்டுவந்த அரசர்களைத் தங்களுக்காகப் படையை நடத்தப் பயன்படுத்துவது அக்காலத்தில் சாதாரண விஷயமாக இருந்தது.

சிவாஜி அந்த சந்தர்ப்பத்தைப் பயன்படுத்தி அடில்சாஹிக்களின் ராணுவத்தை வெகுவாகக் குறைத்தார், பின்னால் அவருக்கும் பயன்படுமே! சிவாஜியின் இந்தத் தந்திரத்தை நேதாஜி பால்கர் வேறு விதமாகச் செய்தார். அவர், சிவாஜி சிறைபிடிக்கப் பட்டதைக் காரணம் காட்டி பீஜப்பூர் அரசில் வேலைக்குச் சேர்ந் தார். அந்தக் காலத்து அரசியலில் அதெல்லாம் ரொம்ப சகஜம். சேனாதிபதிகள் கட்சி மாறுவது அடிக்கடி நடக்கும். நேதாஜி அடில்சாஹிக்களின் ராணுவத்தில் இணைந்து முகலாயர்களின் ராணுவத்தை முடிந்த அளவு வலிமை குறைத்தார். ஆக குருவும் சிஷ்யனும் சேர்ந்து தங்களுக்கு ஆகாதவர்களின் படைபலத்தைக் குறைப்பதில் தீவிரமாக இருந்தார்கள், அதுவும் தங்கள் நாட்டு ராணுவத்துக்கு எந்தச் சேதாரமும் இல்லாமல்!

ஆனால் ஔரங்கசீப் வில்லாதி வில்லன் ஆயிற்றே. இந்தத் தந்திரத்தைக் கண்டுபிடித்து விட்டார். நேதாஜி பால்கரைக் கைது செய்து அழைத்து வருமாறு தன் ஆட்களை அனுப்பி வைத்தார் ஔரங்கசீப். நேதாஜி லாகூருக்குத் தப்பி ஓடியும்

விடாமல் பிடித்து வந்துவிட்டார்கள். அவரையும் அவர் குடும்பத்தாரையும் நிர்ப்பந்தமாக மதமாற்றம் செய்து தன் ராணுவத்தில் பணிக்கு அமர்த்தினார் ஔரங்கசீப். சிலகாலம் கழித்து அவரது விசுவாசத்தில் நம்பிக்கை வந்தபோது சிவாஜிக்கு எதிராகப் படை நடத்திப் போகச் சொல்லி அனுப்பி வைத்தார். நல்ல சமயமடா என்று சிவாஜியின் எல்லைக்குள் வந்ததும் நேதாஜி சிவாஜி ராணுவத்துடன் இணைந்து கொண்டு சேம் சைட் கோல் போட ஆரம்பித்தார்.

சிவாஜிக்கு தன் தளபதி திரும்பக் கிடைத்ததில் எல்லையில்லாத சந்தோஷம் உண்டாகி அவரை ஏற்றுக் கொண்டு, வைதிகர்களின் பலமான எதிர்ப்பைப் பொருட்படுத்தாமல் அவரைத் திரும்ப இந்து மதத்துக்கு மாற்றவும் ஏற்பாடு செய்தார்.

அப்போதுதான் சிவாஜிக்குத் தோன்றியது. சூழ்நிலை சரியில் லாமல் நிர்ப்பந்தம் காரணமாக மதம் மாறியவர்களை தகுந்த பாதுகாப்பு அளித்து மீண்டும் இந்து மதத்தில் ஏற்றுக் கொண்டால் திரும்ப வருவதற்குப் பலர் தயாராக இருப்பார்கள், இந்து மதமும் நலிந்து போகாது என்கிற முடிவுக்கு வந்து அதை உறுதியாகச் செயல்படுத்தவும் தொடங்கினார்.

மேலும் ராஜபுத்திரர்களுடன் போர் எதுவும் செய்யாமல் அவர்களுடன் நல்லுறவைக் காத்தார்.

இதர முகலாயர் அல்லாத அரசர்கள், 'இந்துக்களுக்கு மத உரிமை என்பது முகலாயர்கள் சாம்ராஜ்யம் இருக்கும் வரை சாத்திய மில்லை' என்று சொல்லி சிவாஜியை அதெரியப்படுத்தினார்கள். சாத்தியமில்லை என்றால் அவர்களை அகற்றி விடுவோம் என்று முகலாய சாம்ராஜ்யத்தை அகற்ற சிவாஜி முயற்சி மேற் கொண்டது இதன் காரணமாகத்தான்.

சிவாஜி அறிமுகப்படுத்திய 'செளத்' என்னும் வரி அவரது இந்து ராஜ்ய திட்டத்தின் ஒரு பகுதி என்றும் (இந்துக்களுக்கு எதிரான ஜிஸியா வரிபோல) அது முகலாயர்களுக்கு எதிரானது என்றும் சொல்பவர்கள் உண்டு. மராட்டிய சாம்ராஜ்யத்தால் கைகொள்ளப் படாமல் இருப்பதற்காக மராட்டியர் அல்லாத அரசுகள் தங்கள் அரசு வருமானத்தில் கால் பாகத்தை வரியாகச் செலுத்தினார்கள் என்று சொல்பவர்கள் உண்டு. ஆனால் அப்போது அந்தப் பகுதியில் சிவாஜியை விட்டால் ராஜபுத்திரர்கள் மட்டுமே

முகலாயர் அல்லாதவர்களாக இருந்தார்கள். அவர்களுடன் நல்லுறவு என்பதுதான் சிவாஜி எடுத்த நிலை.

அதே போல 'சர்தேஷ்முக்' என்கிற பத்து சதவிகித வரி மண்ணின் மைந்தனான சிவாஜிக்கு மண்ணின் மைந்தர்கள் அல்லாதவர்கள் கட்டிய வரி. இந்த மண்ணின் மைந்தர்கள் சமாச்சாரம்கூட இன்றளவும் மகாராஷ்ட்ராவில் ஓய்ந்ததாகத் தெரியவில்லை.

செளத் குறித்தும் சர்தேஷ்முக் குறித்தும் இன்னொரு விதமான கருத்தும் உண்டு. பிரிட்டிஷார் இதைத்தான் Protectorate என்கிற பெயரில் உலகெங்கும் பின்னால் உபயோகப்படுத்தினார்களாம். அதாவது ஒரு பகுதியை மூன்றாம் நபர் கைக்கொண்டு விடாமல் பாதுகாக்க ராணுவ ஆதரவு வழங்குவதற்காகப் பெறும் கப்பம். இது சற்று ஏற்கக் கூடியதாக இருக்கிறது. ஏனெனில் சிவாஜியின் முன்னோர்கள் தாங்கள் ஒரு பெரும்படையைத் தயார்செய்து அதை அரசர்களுக்கு கட்டண அடிப்படையில் விட்டவர்கள் அல்லது அப்படிப்பட்டவர்களிடம் பணியாற்றியவர்கள். அதையும் செய்துகொண்டு தங்களுக்கு ஜாகிராக வழங்கப்பட்ட பகுதிகளையும் பராமரித்து வந்தவர்கள். சிவாஜி செய்தது இதுபோலவே சற்று பெரிய அளவிலானது என்று கொள்ளலாம். சிவாஜியின் ஆட்சியிலிருந்த மராட்டிய சாம்ராஜ்யம் அப்போது முன்னிருந்த பூனா உள்ளிட்ட இரண்டு மாவட்டங்களிலிருந்து பெரிதாகி பெரிய மாநிலமாகியிருந்தது, படையின் அளவும் அதற்கேற்றார்ப் போல் பெரிதாகியிருக்கும்..

முதல் கோட்டை

பதின்மப் பருவத்திலேயே மாற்றார் வசம் இருந்த ஒரு கோட்டையைக் கைப்பற்றிய முதல் வீரன், இந்திய வரலாற்றிலேயே சிவாஜி தான். 1645ம் ஆண்டு டோர்னா கோட்டை யைப் பிடிக்கும் போது சிவாஜியின் வயது பதினாறு!

பதினான்கு வயதாக இருக்கும்போதே சிவாஜி சண்டைப் பயிற்சிகள் எல்லாம் பெற்று, நிர்வாகப் பயிற்சி பெற்று, வசீகரமும் உடலழகும் கொண்ட வாலிபன் போன்ற தோற்றத்துடன் விளங்கினார். சிவாஜியின் வசீகரம் மற்றும் திறமைகள்பற்றிக் கேள்விப் பட்ட முகம்மத் அடில்ஷா அவரைச் சந்திக்க விரும்பி தன் ஆட்களை விட்டு அழைத்து வரச் செய்தார். சிவாஜியால் கவரப்பட்ட அடில்ஷா அவரைத் தன் அரசாங்கத்தில் வேலைக்குச் சேர்த்துக் கொள்ள விருப்பம் தெரிவித்தார்.

4

சிவாஜியின் குருவான தாதாஜி கொண்டதேவும் சிவாஜி அடில்சாஹிக்களிடம் பணியாற்றி

மெல்ல மெல்லப் பணமும் பதவிகளும் ஈட்ட வேண்டும் என்றுதான் விரும்பினாராம். ஆகவே சுல்தானின் இந்த ஆர்வத்தைப் பார்த்து அவர் மிகுந்த சந்தோஷம் அடைந்தார். அடடா, நாமெல்லாம் அரசவையில் வேலை கிடைக்க வேண்டும் என்று வேண்டி விரும்பி முயற்சி செய்து பெறுகிற வாய்ப்பு இந்தக் குழந்தைக்கு தானாகத் தேடி வருகிறதே என்கிற சந்தோஷமும் பெருமையும்தான் அதை ஒப்புக் கொள்ளச் சொல்லி வற்புறுத்தின.

சிவாஜி, 'அரசர் பார்க்க விரும்பினார் என்கிற மரியாதைக்குத் தான் வந்தேனே ஒழிய அந்நியர்களிடம் கைகட்டி சேவகம் செய்ய எனக்கு விருப்பமில்லை' என்று மறுத்து விட்டார்.

தலைமுறைக்குத் தலைமுறை மனப்பாங்கு எப்படி மாறுகிறது என்று பாருங்கள். மாலோஜி அரசவையைத் தேடிப் போய் வேலை வாங்கியவர். ஷஹாஜி தன் தகப்பனார் காரணமாகத் தானாகக் கிடைத்த அரசாங்கப் பதவியை ஏற்றுக் கொண்டு ஜாகிர்கள் நிறைய சேர்த்தார். அதாவது ஒரு படி மேலே போனார். சிவாஜி தானே அரசனாக இருக்க வேண்டும் என்று நினைத்தார். ஷஹாஜியின் ரத்தத்தில் ஒரு தலைமுறை ராஜ அணுக்கள்தான் இருந்தன. அவர் தாயும் ராஜ வம்சம்தான். சிவாஜியின் ரத்தத்தில் இருந்தது இரண்டு தலைமுறை ராஜ அணுக்களல்லவா! அதனால்தான் யாருக்கும் தலைவணங்க மாட்டேன் என்றது!

என்.எஸ். டக்காகாவ் என்கிற பேராசிரியர் தன்னுடைய 'தி லைஃப் ஆஃப் ஷிவாஜி மஹராஜ்' என்கிற நூலில் ஒரு சுவாரஸ்யமான சம்பவத்தை விவரிக்கிறார். (எங்கிருந்துதான் பிடிக்கிறார்களோ!)

அரசாங்க வேலையை ஒப்புக்கொள்ள மறுத்துவிட்டாலும் அவ்வப்போது தன் தகப்பனார் ஷஹாஜியுடன் அடில்ஷாவின் அரண்மனைக்குப் போவாராம் சிவாஜி. சுல்தானுக்கு வணக்கம் சொல்வது என்பது மிகுந்த பயபக்தியுடன் எல்லோரும் செய்வது. இடுப்பை வளைத்துத் தாழ்ந்து உள்ளங்கை தம் பக்கம் இருக்க மூன்று முறை சலாம் செய்வது வழக்கமாக இருந்தது. உட்கார் என்று சொன்னால் மட்டுமே உட்கார்வார்கள். ஆனால் சிவாஜியோ குட் மார்னிங் சொல்வதுபோல் கையை உயர்த்திச்

சொல்லிவிட்டு காலியாக இருக்கும் இருக்கையில் உட்கார்ந்து விடுவாராம்.

மரியாதை என்பது மட்டும் ஒரு தர்ம சங்கடமான விஷயம்.

நீ ஏன் எனக்கு மரியாதை தரவில்லை? என்று யாரும் கேட்க முடியாது. You have to command respect, and not demand respect என்பார்கள். அடில்ஷா ஒன்றிரண்டு முறை கண்டும் காணாமல் இருந்தவர் ஒருமுறை வேறு வழியில்லாமல் கேட்கவே கேட்டு விட்டாராம். கேட்டதுகூட ஏன் எனக்கு தாழ்ந்து வணக்கம் சொல்லவில்லை என்று கேட்கவில்லை. கொஞ்சம் சூசகமாக,

'சிவாஜி, நீ என்ன உன் அப்பாவுக்கு வணக்கம் சொல்வது போலவே எனக்கும் சொல்கிறாய்?' என்று சிரித்துக் கொண்டே கேட்டாராம். கேட்டுவிட்டு 'அப்பாடா, சுட்டிக் காட்டியாகி விட்டது' என்று அவர் நினைத்திருக்கலாம்.

அதற்கு சிவாஜி சொன்ன பதில் வெகு சுவாரஸ்யமானது.

'ஆம். என் அப்பாவுக்கும் உங்களுக்கும் ஏதாவது வேறுபாடு இருப்பது தெரிந்தால் வணக்கம் சொல்லும் முறையையும் மாற்றிக் கொள்வேன்' என்பது சிவாஜி சொன்ன பதில்.

இந்த பதிலைக் கேட்டு ஒரு வினாடி ஆடிப் போன சுல்தான் அடுத்த கணம் அதை ரசித்துச் சிரித்து சமாளிக்க வேண்டியிருந்த தாம். ஆனால் மனதுக்குள் கட்டாயம் 'நறநறத்திருப்பார்'..

அது மட்டுமில்லை, சிவாஜி தன் நண்பர்களான மலைவாழ் மக்கள் வீட்டுப் பிள்ளைகளிடம் அவர்கள் குடும்பக் கதைகளைக் கேட்டு தடாலடி வாழ்க்கையில் ஆர்வத்தை வளர்த்துக் கொண் டார். பசுக்களை வெட்டும் இடங்களைப் பார்க்கும்போது சிவாஜிக்கு ரத்தம் கொதித்ததாம். இந்துக்கள் அல்லாத சக்திகள், பசுவை இறைச்சிக்குப் பயன்படுத்துவோர்மீது அசாத்யமான ஆத்திரம் வந்ததற்குக் காரணமும் இதுதான். பசுவைத் தெய்வமாக மதிக்கும் இந்து மதத்தின் மேல் மேன்மேலும் அபிமானமும், பசுக்களை வதைப்போர் மேல் மேன்மேலும் கோபமும் சிவாஜிக்கு உண்டானது.

மலைவாழ் மக்களைக் கண்டு சூறையாடுதல், அரசாங்கத்தின் பகுதிகளைக் கைப்பற்றுதல் என்கிற மாதிரி எண்ணங்கள்

சிவாஜிக்கு உண்டானது தாதாஜிக்குக் கவலை அளித்தது. அவர் இப்படிப்பட்ட வழிமுறைகளுக்கு ஒப்புக் கொள்ளவில்லையாம். அன்பாக எவ்வளவோ சொல்லிப் பார்த்திருக்கிறார். சிவாஜி கேட்பதாக இல்லை. ஷஹாஜியிடம் சொல்லிப் பார்த்திருக் கிறார், ஷஹாஜி சிவாஜியை அழைத்து 'இன்றைய காலக் கட்டத்தில் முகமதியர்கள்தான் நாட்டை ஆள்பவர்கள். அவர் களிடம் பணியாற்றுவதில் என்ன குறைந்து விடும்?' என்றெல் லாம் கூறிப் பார்த்தார்.

'முகமதியர்கள் நாடாள்கிறவர்களாக இருப்பதனால்தானே இந்தக் கேள்வி எழுந்தது? அதையே இல்லையென்று செய்து விடுகிறேன்' என்று சிவாஜி எண்ணியிருக்கக் கூடும். அப்பாவின் சொற்களுக்கு மதிப்புத் தந்தாரோ இல்லையோ, குருவான தாதாஜியின் சொற்களை அவமதிக்க, நிராகரிக்க சிவாஜிக்கு மனம் வரவில்லை. ஆகவே, தாதாஜியின் மரணத்துக்குப் பிறகுதான் சிவாஜியின் முதல் கோட்டை கைப்பற்றல் நடந்தேறியது என்பது ஜாதுநாத் சர்க்காரின் வாதம்.

சிவாஜி முதன் முதலில் கைப்பற்றிய டோர்னா கோட்டைக்குப் பின்னால் சில செண்ட்டிமெண்ட்டுகள் இருக்கின்றன. முதலாவது, முதலில் கைப்பற்றியது என்றாலும் இந்தியாவிலேயே அதிக உயரத்தில் அமையப் பெற்ற கோட்டை இது. கடல் மட்டத் திலிருந்து சுமார் 4500 அடி உயரத்தில் அமைந்திருக்கிறது. ஆகவே சிவாஜி தன் சாம்ராஜ்யத்தை அமைக்கும் பணியில் எடுத்த எடுப்பிலேயே உயரத்தை எட்டி விட்டார் எனலாம்.

அடுத்த செண்ட்டிமெண்ட், இந்தக் கோட்டையின் சரித்திரத்தில் இருக்கிறது. இந்தக் கோட்டை, சைவர்களால் பதிமூன்றாம் நூற்றாண்டில் நிறுவப்பட்டது. கோட்டைக்குள் அமைந்துள்ள மெங்காய் தேவி கோயிலே இதற்கு சாட்சி. சிவாஜியின் இந்து சாம்ராஜ்ய முயற்சியின் முதல் படியாக சிவன் கோயிலுடன் அமையப் பெற்ற கோட்டையை முதலாவதாகப் பிடித்தது நிச்சயம் ஒரு செண்ட்டிமெண்டல் நிகழ்வாக அவருக்கு இருந்திருக்கும் என்பதில் சந்தேகமில்லை.

டோர்னா என்பது உருதுச் சொல். இந்தக் கோட்டையைப் பிடித்ததும் அதற்கு பிரச்சந்தாகட் என்று பெயரை மாற்றினார் சிவாஜி. பிரச்சந்தா என்றால் சமஸ்கிருதத்தில் தைரியமான, ஒளி பொருந்திய, தீவிரமான என்றெல்லாம் பொருள் உண்டு.

டோர்னா கோட்டையை சிவாஜி எவ்விதம் கைப்பற்றினார் என்பது குறித்து சரியான விவரங்கள் இல்லை. அடில்சாஹி சுல்தான் இந்தக் கோட்டையின் பாதுகாப்புக்கு பங்கம் நேரும் என்கிற அச்சமோ சந்தேகமோ இன்றி மிகக் குறைவான பாதுகாப்பு ஏற்பாடுகளே செய்திருந்தார் என்பது ஒரு கருத்து. அங்கே பாதுகாப்புக்கு பொறுப்பாக இருந்த இனயத் கான் என்பவருக்கு லஞ்சம் கொடுத்து அல்லது மிரட்டி ஓடச் செய்து சிவாஜி அதைக் கைப்பற்றி விட்டார் என்பது போன்ற கருத்தும் இருக்கிறது. இந்தக் காலக்கட்டத்தில் சுல்தான் முகம்மத் அடில்சாஹி நோய்வாய்ப்பட்டு நிர்வாகத்தில் சரியான கவன மின்றி இருந்தது சிவாஜிக்கு எளிதாகப் போயிற்று என்பார்கள். கிடைக்கும் தகவல்களில் சுவாரஸ்யமாக இருப்பதை நாம் பார்ப்போம்.

சிவாஜி தன் தந்தையுடன் சுல்தானைக் காண அடிக்கடி சென்று வருவது எல்லோருக்கும் தெரிந்த விஷயம். சுல்தான் சிவாஜியைத் தன் அரசாங்கத்தில் பணிக்குச் சேரச் சொல்லிக் கேட்டுக் கொண்டதும் பரவலாக எல்லோருக்கும் தெரிந்திருந்தது. இவை களைப் பயன்படுத்தி சிவாஜி ஒரு தந்திரம் செய்தார்.

டோர்னா கோட்டைப் பகுதியின் வரி வசூல் சரிவர நடப்ப தில்லை என்றும், அந்தக் கோட்டையின் கவர்னராகத் தன்னை நியமித்தால் கடந்த பத்தாண்டுகளில் வசூலித்த வரித் தொகையை விட அதிக வரித் தொகையைத் தன்னால் வசூலித்துத் தர முடியும் என்றும், கோட்டையின் பொறுப்பைத் தன்னிடம் ஒப்படைக்கும் படியாகவும் ஒரு கடிதத்தை சுல்தானுக்கு அனுப்பினார். அனுப்பி சில நாட்கள் கழித்து தன் ஆட்கள் யஸ்ஸாஜி கங்க், தானாஜி மாலுஸாரே, பாஜி ஃபலாஸ்கர் ஆகியோரை டோர்னா கோட்டையின் பொறுப்பை ஏற்றிருந்த இனயத் கானிடம் அனுப்பினார். அவர்கள் இனயத் கானிடம் கோட்டையின் பொறுப்பை சிவாஜியிடம் ஒப்படைக்க சுல்தான் முடிவு செய்திருப்பதாகவும் ஓரிரு நாட்களில் முடிவாகி விடும் என்றும் தெரிவித்தார்கள்.

தன் கடிதத்தைப் படித்து செயலாக்கும் அதிகாரிக்கு தன் ஆட்கள் மூலம் லஞ்சம் கொடுத்து, கடிதம் குறித்து யாராவது கேட்டால் இரண்டு நாட்களில் சுல்தானிடமிருந்து பதில் அனுப்பப்படும் என்று சொல்லுமாறு சொல்லச் சொன்னார். இதில் என்ன தவறு,

நிஜத்தைத்தானே சொல்கிறோம் என்று அவரும் ஒப்புக் கொண்டார்.

இனயத் கான், சம்பந்தப்பட்ட அந்த அதிகாரியைத் தொடர்பு கொண்டு சிவாஜியிடம் பொறுப்பை ஒப்படைக்க சுல்தான் முடிவு செய்திருக்கிறாரா என்று கேட்டார். அவரும் ஆமாம் இன்னும் இரண்டொரு நாட்களில் சுல்தான் கடிதம் அனுப்புவார் என்று தெரிவித்தார்.

அவ்வளவுதான். இனயத் கான் கடையைக் கட்டிக்கொண்டு கிளம்பி விட்டார். வெறும் தந்திரத்தால் பிடித்திருந்தாலும் அதில் தக்க பாதுகாப்பு ஏற்பாடுகள் செய்து யாராலும் பிரவேசிக்க முடியாத அளவுக்குப் பாதுகாப்பாக மாற்றினார் சிவாஜி.

சிவாஜி உயிருடன் இருந்தவரை இந்தக் கோட்டையைத் திரும்ப எடுத்துக் கொள்ளும் முயற்சியையே முகலாயர்களோ, தக்கண சுல்தான்களோ செய்யவில்லையா, அல்லது அவர்களது முயற்சி வெற்றியடையவில்லையா என்பது தெரியவில்லை. சிவாஜியின் மகன் சாம்பாஜி காலத்தில்தான் முகலாயர்கள் இந்தக் கோட்டை யைத் திரும்பக் கைக்கொண்டார்கள்.

முகம்மத் அடில்சாஹி நோய்வாய்ப்பட்டதால் சிவாஜி துணிந் தாரோ, சிவாஜியை ஒடுக்க முடியாததால் அவர் நோய்வாய்ப் பட்டாரோ தெரியாது. ஆனால் சிவாஜியின் தொடர்ந்த வெற்றிகள் அவரைப் படுத்த படுக்கையாக்கின என்று அவரது தாயார் படி சாயிபாவே சொல்லியிருக்கிறார்.

சிவாஜியின் பேச்சில் வழுவழா கொழகொழாவே கிடையாது; அப்பாவாக இருந்தாலும் இல்லை என்றால் இல்லை என்பதைத் தெளிவாக அறுதியிட்டுச் சொல்லி விடுவார். தாதாஜி கொண்டதேவின் மரணத்துக்குப் பிறகு பூனா, சூப்பே பகுதி களின் நிர்வாகத்தை சிவாஜி நேரடியாக ஏற்றுக் கொண்டார். ஒன்றிரண்டு மாதங்களுக்கு ஷஹாஜிக்கு வசூல் பணம் போக வில்லை. ஷஹாஜியின் ஆட்கள் வந்து நிலுவையிலிருக்கும் பணத்தைக் கேட்டபோது சிவாஜி சொன்ன பதில்:

'வசூல் பணத்தில் நிர்வாகச் செலவுகள் போக மீதமிருப்பது என்னுடைய ஊதியம் மட்டுமே. ஆகவே பணம் எதுவும் தருவதற்கில்லை'

இதைக் கேட்ட ஷஹாஜிக்குக் கோபம் வரவில்லை. மாறாக நிர்வாகப் பொறுப்பில் உறுதியாக இருக்கும் தன் மகனை நினைத்து சந்தோஷம்தான் பட்டார். அடுத்த ஓரிரு வருடங்களில் பூனா பகுதி ஜாகிர் மொத்தமும் சிவாஜிக்கு என்றும் கர்நாடகா பகுதி வியாங்கோஜிக்கு என்றும் முடிவே ஆகிவிட்டது.

சிவாஜி பிடித்த அடுத்த கோட்டையும் ஒருவிதத்தில் அவருடைய சரித்திரத்தில் மிக முக்கியமான ஒரு இடத்தைப் பிடித்திருக்கும் கோட்டையாகும்.

முரும்தேவ் என்று அழைக்கப்பட்ட இந்தக் கோட்டை முரும்ப தேவிச டாங்கர் எனப்படும் மலையின் மீது அமைந்திருக்கிறது. இந்த மலை புனாவிலிருந்து தென் மேற்கில் நாற்பத்தி இரண்டு கிலோ மீட்டர் தொலைவில் இருக்கிறது. இந்தக் கோட்டை குறித்த சரித்திரம் 1490ம் ஆண்டு வரை பழையது. அப்போது அஹமத் பஹிரி நிஸாம்ஷா என்கிற அகமத்நகர் சுல்தானிடம் இருந்தது. அதை அவரிடமிருந்து அடில்சாஹிக்கள் 1626ம் ஆண்டு கைப்பற்றினார்கள். அப்போது ஷஹாஜி ராஜே (சிவாஜியின் தந்தை) நிஸாம்சாஹிக்களிடம் பணியாற்றிக் கொண்டிருந்தார். அவர் தலைமை ஏற்ற எந்தப் போரிலும் தோற்றதில்லை என்கிற பெருமையுடையவர் என்பதால் கோட்டையை மீட்கும் பொறுப்பை ஏற்றுக் கொண்டார். 1630ம் ஆண்டு மீட்கவும் செய்தார்.

இந்த வெற்றியைப் பாராட்டிய நிஸாம்சாஹி 1942ம் ஆண்டு அந்தக் கோட்டையையே ஜாகிராக ஷஹாஜிக்கு வழங்கினார். ஆனால் ஷஹாஜி தன் இறுதிக் காலத்தில் அடில்சாஹிக்களிடம் பணியாற்றியதால் நிஸாம்சாஹிக்கள் அந்தக் கோட்டையைத் திரும்பப் பறித்துக் கொண்டார்கள். சிவாஜி 1647ம் ஆண்டு போரிட்டு மீண்டும் கோட்டையை மீட்டார். இந்தக் கோட்டை யிலும் நிறைய மாறுதல்கள் செய்து அதைத் தன் நிர்வாகத் தலைமைச் செயலகமாக ஆக்கிக் கொண்டார் சிவாஜி. எப்படி எப்படியோ கைமாறினாலும் இறுதியில் மராட்டியர் வம்சத் திடமே வந்துதான் பிரிட்டிஷார் வசம் போயிற்று இந்தக் கோட்டை.

சிவாஜி பிடித்த கோட்டைகளின் பட்டியல் மிகப் பெரியது. தன் ஆட்சிக்காலத்தின் தொடக்கத்திலிருந்து இறுதிவரை போர்

இல்லாத காலமே இல்லை என்று சொல்லும் அளவுக்குத் தொடர்ந்து போர் புரிந்தவர். அவைகளுக்கு அப்பாற்பட்டு சிவாஜி குறித்து நிறையத் தெரிந்து கொள்ள வேண்டியிருக்கிறது. முதன் முதலில் பதின்ம வயதில் கோட்டையைப் பிடித்தவர் என்பதைப் போலவே இன்னும் பல 'முதல்' கள் சிவாஜி விஷயத்தில் உண்டு.

'ராஜா மாதிரி இருக்கான்' என்று ஆடம்பரமாக உடையும் நகை களையும் அணிந்தவர்களைச் சொல்வது வழக்கம். சிவாஜியின் அதீத எளிமை குறித்து ஆராய்ச்சியாளர்கள் வியந்து எழுதியிருக் கிறார்கள். சிவாஜி ஆடம்பரமான உடைகள் அணிந்தது கிடையாது. நகைகள் அணிந்தது கிடையாது. ஒவ்வொரு அரசனும் அந்தக் காலத்தில் கற்கள் பதித்த தங்கக் கிரீடத்தைப் பயன்படுத்தியபோது மிக எளிமையான ஒரு தலைப்பாகையை அணிந்தவர். எங்கே போனாலும் தன் பணியாளர்களுடன் அவர்கள் தங்கும் இடத்தில் அவர்கள் தங்கும் விதமாகவே தங்குவாராம். அது வேட்டையாக இருந்தாலும் சரி, போர் முனையானாலும் சரி. அரண்மனையிலும் அதிக ஆடம்பரங்கள் கிடையாதாம். மது அருந்தும் வழக்கமோ பெண்களைக் கேளிக்கைக்குப் பயன்படுத்தும் வழக்கமோ அவருக்கும் கிடையாது, அவருடைய பணியாளர்களுக்கும் (ராணுவத்தினர் உள்பட) அனுமதி இல்லை.

மாவீரன் என்று போற்றப்பட்டு சரித்திரத்தில் இடம் பெற்ற அரசர்களில் பலர் மதுவுக்கு அடிமையாக இருந்தவர்களாம். அலெக்ஸாண்டர், ஜூலியஸ் சீசர், நெப்போலியன் மற்றும் பாபர் தொடங்கி ஷாஜஹான் வரையிலான முகலாய மன்னர்கள் எல்லோரும் பெருங்குடி மன்னர்களாம். அப்படிப்பட்டவர்கள் மத்தியில் சிவாஜி ஒரு வித்தியாசமான அரசனாக இருந்தது ஆச்சரியம்தான்! இப்படிப்பட்ட முரட்டு ஒழுக்கக் கட்டுப்பாடு களிலும் சிவாஜிதான் முதல்வர். ஷத்திரியர் அல்லாத முதல் அரசரும் சிவாஜிதான்.

வலிமையால் சாதிக்க முடியாத விஷயங்களை புத்தி சாதுர்யத் தால் சாதித்தவர் சிவாஜி. இதன் தொடக்கம் 1648ம் ஆண்டு நடந்த ஒரு சம்பவம். அதுவும் ஒரு முதல்தான். சிவாஜிக்கு அப்போது பத்தொன்பது வயதே இருக்கும். அவர் செய்த ராஜதந்திரம் அவருடைய தந்தை ஷஹாஜியைக் காப்பாற்றியது.

முகம்மத் அடில்ஷா சுல்தானாக இருந்தபோது நவாப் முஸ்தஃபா கான் பொறுப்பில் செஞ்சிக் கோட்டையைப் பிடிக்க படை ஒன்று அனுப்பப்பட்டது. ஷஹாஜிதான் தளபதி. சண்டை நடந்து கொண்டிருந்தது. ஷஹாஜி என்ன நினைத்தாரோ என்னவோ, ஊரில் முக்கியமான வேலை இருப்பதாகவும், தன்னை அந்த வேலையிலிருந்து ஒரு வார காலம் விடுவிக்கும் படியும் நவாப் முஸ்தஃபா கானிடம் கேட்டுக் கொண்டார். கான் இதற்கு சம்மதிக்கவில்லை. போரில் இந்த சமயம் ஷஹாஜி விலகுவது தோல்வியை ஒப்புக் கொண்டது போலாகும் என்பதால் தொடர்ந்து போரில் ஈடுபடுமாறு தெரிவித்து அனுப்ப மறுத்து விட்டார்.

அடுத்தபடியாக ஷஹாஜி உணவுப் பொருள்கள் மிகவும் குறைவாக இருப்பதாகவும், தொடர்ந்து போரிட முடியாது என்றும் தெரிவித்தார். இப்போது கானுக்கு அது ஷஹாஜியின் திட்டம் என்பது புரிந்தது. ஆனால் எதற்காக போரிட மறுக்கிறார் என்பது விளங்கவில்லை. ராணுவக் கட்டுப்பாடுகளுக்குப் புறம்பாக நடந்ததாகவும், ராஜதுரோக குற்றத்தில் ஈடுபட முயன்ற தாகவும் ஷஹாஜியைக் கைது செய்தார்கள். அஃப்ஸல்கான் அவரை கைவிலங்கு அணிவித்து ஊரறிய பீஜப்பூருக்கு அழைத்து வந்தார். அந்தப் பகுதியில் ஷஹாஜிக்கு இருந்த மதிப்பும் மரியாதையும் இதனால் ஆட்டம் கண்டன.

சிவாஜியால் இதையெல்லாம் பார்த்துக்கொண்டு சும்மா இருக்க வும் முடியவில்லை, எதிர்த்துச் சண்டையிடவும் யோசனையாக இருந்தது. ஒரே சமயத்தில் தகப்பன், பிள்ளை இருவரையும் கைது செய்து உள்ளே வைத்து விட்டால் என்ன செய்வது? ஒரு தந்திரம் செய்து பார்ப்பது என்று முடிவு செய்தார்.

தக்கணப் பகுதிக்கென்று மூரத் பாக்ஷா என்கிற முகலாயர்களின் வைஸ்ராய் ஒருவர் இருந்தார். தன் தந்தையை விடுவிக்கும்படி முகலாய மன்னர் ஷாஜகானிடம் தாங்கள் வேண்டிக் கொண்ட தாகவும், அப்படிச் செய்தால் முகலாயர்களுக்குப் பணியாற்ற தானும் தன் தந்தையும் சித்தமாக இருப்பதாக ஷாஜகானுக்கு எடுத்துச் சொல்லும்படியாகவும் கேட்டு கடிதம் அனுப்பினார் சிவாஜி. அதற்கு மூரத், முதலில் அனுப்பும் தகவலை நம்பகமான ஒரு ஆள் வழியாக அனுப்பும்படி பதில் அனுப்பினார். அடுத்து தங்களிடம் மிக முக்கிய பொறுப்பிலிருக்கும் ஒரு நபர் வழியாக தங்கள் கோரிக்கைகளை விளக்கி எழுதி அனுப்பினார் சிவாஜி.

அதற்கு எழுதிய பதிலில் மூரத், சிவாஜியையும் அவரது தகப்ப னாரையும், சில முக்கிய நிர்வாகிகளையும் அழைத்துக் கொண்டு டெல்லிக்கு ஷாஜஹானின் அரசவைக்கு வருமாறு பதில் எழுதினார்.

இந்தக் கடிதங்களை அடில்சாஹிக்களுக்கு நம்பகமான ஒரு தூதுவன் மூலம் சிவாஜி அனுப்பினார். அனுப்பி, தானும் ஷாஹாஜியும் இப்போது முகலாய அரசாங்கத்தின் பணி யாளர்கள் என்றும், பொறுப்பை ஏற்றுக்கொள்ள இருவரும் டெல்லி செல்ல வேண்டும் என்றும், உடனே ஷஹாஜியை விடுவித்து பறிக்கப்பட்ட அவரது ஜாகிர் பகுதிகளையும் திரும்ப அளிக்குமாறும் சொல்லி அனுப்பினார்.

முகம்மத் அடில்சாஹிக்கு இதை மன்னர் ஷாஜஹானிடம் சரிபார்க்க அச்சம். மேலும் முகலாயர்களின் விரோதத்தைச் சம்பாதித்துக்கொள்ள அவர் தயாராகவும் இல்லை. ஷஹாஜி ஏற்கெனவே சிறிது காலம் (1633 முதல் 1636 வரை) முகலாயர் களுக்குப் பணியாற்றியது அடில்சாஹிக்களுக்குத் தெரியும். அவர் அடில்சாஹிக்கள், நிஸாம்சாஹிக்கள், முகலாயர்கள் என்று மாற்றி மாற்றிப் பணியாற்றுபவர் என்பதும் தெரியும். ஆகவே வம்பு வேண்டாமென்று ஷஹாஜியை விடுவித்ததுடன் அவரது ஜாகிர் பகுதிகளையும் அவருக்கே அளித்தார்கள்.

மேற்சொன்ன நிகழ்ச்சியின் உண்மைத்தன்மையில் புரஃபஸர் ஜாதுநாத் சர்க்கார் தனக்கு ஐயங்கள் இருப்பதையும் தெரிவித் திருக்கிறார். ஷஹாஜியைக் கைது செய்தது செஞ்சிக் கோட்டை யைப் பிடிக்கும் திட்டத்தில் அவர் சேம் சைட் கோல் போட்டது மட்டுமே காரணம் என்றும், அந்தப் போர் முடிந்து கோட்டை யைக் கைப்பற்றியதும் அவரை விடுவித்திருப்பார்கள் என்பதுமே தன் துணிவு என்கிறார்.

எப்படியானால் என்ன? சிவாஜி கல் எறிந்திருக்கிறார். மாங்காயும் விழுந்திருக்கிறது. சிலர் கல்லுக்குத்தான் விழுந்தது என்றும் சிலர் அணில் கடித்துத்தான் விழுந்தது என்றும் சொல்கிறார்கள். பெனிஃபிட் ஆஃப் டௌட் டு தி அக்யூஸ்ட் என்று சட்டம் சொல்வதுபோல நாம் சிவாஜிக்கு சாதகமாக எடுத்துக் கொள் வோம். சிவாஜி பற்றிய பல செய்திகளுக்கு இதுபோல இரு கோணங்கள் இருக்கின்றன. சிலவற்றுக்கு மூன்று கோணங்கள் இருக்கின்றன. காரணம் ஔரங்கசீப்பின் வரலாற்றை

எழுதியவர்கள் சிவாஜியை வில்லனாகச் சித்தரித்து எழுதியிருக் கிறார்கள். சிவாஜியைப் பற்றித் தனியாக எழுதியிருப்பவர்கள் ஒளரங்கசீப்பையும், சுல்தான்களையும் வில்லன்களாகச் சித்தரித்து எழுதியிருக்கிறார்கள்.

சிவாஜி குறித்து சரித்திரத்தில் இடம் பெற்றிருக்கும் நிகழ்ச்சிகளில் அஃப்ஸல்கானைக் கொன்றது முக்கியமானது. ஏனெனில் இதை ஐரோப்பிய மற்றும் முகலாய வரலாற்று ஆசிரியர்கள் சொல்லும் போது சிவாஜிதான் வஞ்சமாக அஃப்ஸல்கானைக் கொன்று விட்டதாகச் சொல்வார்கள். நம் வரலாற்று ஆசிரியர்கள் அஃப்ஸல்கான் தந்திரமாக சிவாஜியைக் கொல்லப் பார்த்த தாகவும் அதிலிருந்து தப்ப தற்காப்புக்காக சிவாஜி தன் ஆட்களை வைத்துக் கொன்றதாகவும் சொல்கிறார்கள்.

யார் தவறோ, யார் சரியோ சரித்திரத்தில் இடம் பெற்றிருக்கும் அந்த சம்பவத்தை என்னவென்று பார்ப்போம்.

அன்னையின் பாதத்தில்
அப்சல் கானின் தலை!

அது 1659ம் ஆண்டு.

ஷஹாஜி போல தங்களுக்குச் சாதகமாக சிவாஜி இல்லாதது அடில்சாஹிக்களுக்கு அதிருப்தியை அளித்தது. மேலும் சிவாஜியின் வலிமையும் அவர் சுல்தான்களையும், முக லாயர்களையும் கப்பம் கட்டும் நிலையில் வைத்திருந்ததையும் கண்டு அச்சமும் அடைந் தார்கள். சிவாஜி கைப்பற்றிய கோட்டைகள் யாவும் அடில்சாஹிக்கள் வசம் இருந்த வையே. சிவாஜியை அடக்கி வைக்கா விட்டால் தங்கள் சாம்ராஜ்யம் அழிந்து விடும் என்கிற அச்சம் தீவிரமான போது அவர்கள் அஃப்ஸல் கான் என்கிற தங்கள் தளபதியைப் படையுடன் அனுப்பினார்கள்.

அஃப்ஸல் கானுக்கு சிவாஜியை அவரது கோட்டையில் எதிர்கொள்ளும் தைரிய மில்லை. அதற்கு இரண்டு காரணங்கள். முதலாவது சிவாஜியின் பாதுகாப்பு ஏற்பாடு களும், அவரது போர் முறைகளும். அடுத்தது

மலைப்பாங்கான இடத்தில் போர் செய்யும் திறமையின்மை. அதனால் ஒரு தந்திரமான காரியத்தைச் செய்தார் அஃப்ஸல் கான். துல்ஜாபூரிலும் பந்தர்பூரிலும் இருந்த இந்துக் கோயில் களைத் தாக்க ஆரம்பித்தார். இது நிச்சயமாக சிவாஜியின் ஆத்திரத்தைக் கிளப்பும் என்று அவருக்குத் தெரியும். அதிலும் துல்ஜாபூர் சிவாஜியின் வெகு அபிமான கோயில். மராட்டியர் களின் குலதெய்வமான பவானி கோயில். இதற்காகவாவது அவர் இறங்கி வந்தே தீருவார் என்பது தெரியும்.

சிவாஜிக்கு இந்தத் தந்திரம் புரிந்தது.

தன் இடத்தை விட்டு அவர்களுக்குச் சாதகமான பகுதிக்குப் போய் சண்டையிடுவது தனக்கு சாதகமாக அமையாது என்பதை உணர்ந்தார். ஆகவே சமாதானமாகப் போவது என்கிற முடிவுக்கு வந்தார். அல்லது சமாதானமாகப் போக விரும்புவதாகத் தெரிவித்தார். தன் தூதுவர்கள் மூலம் அஃப்ஸல் கானுக்குக் கடிதம் அனுப்பினார். அஃப்ஸல் கான் சமாதானப் பேச்சு வார்த்தைக்கு ஒப்புக்கொண்டார். இந்த இடத்தில் ஒரு விஷயத்தைச் சொல்லி ஆக வேண்டும். தக்கண சுல்தான்களோ, முகலாயர்களோ சிவாஜியைப் பற்றித் தெரியாதவர்கள் அல்ல. சமாதானம் என்றாலும் நிபந்தனையற்ற சரண் அடைகிறவர் அல்ல சிவாஜி என்பதும் தெரியும், சந்தர்ப்பம் கிடைத்தால் சாதகமாகப் பயன்படுத்தித் தாக்குகிறவர் என்பதும் தெரியும்.

பிரதாப்கர் கோட்டையில் இருவரும் சந்திப்பது என்று முடிவாயிற்று. படைகள் வரக் கூடாது, ஆயுதம் எதுவும் எடுத்து வரக் கூடாது, துணைக்கு பத்து ஆட்களை அழைத்து வரலாம். ஆனால் பேச்சு வார்த்தையின்போது ஒரே ஒரு ஆள் மட்டுமே அருகில் இருக்கலாம். மீதம் ஒன்பது பேரும் ஒரு அம்பு எய்யும் தூரத்தில் நிறுத்தி வைக்கப்பட வேண்டும் என்றெல்லாம் பரஸ்பரம் நிபந்தனைகள் போடப்பட்டது. இந்த நிபந்தனைகள் சிவாஜியால் போடப்பட்டவை என்று சரித்திர ஆசிரியர்கள் சொல் கிறார்கள். ஆனால் சிவாஜி நிராயுதபாணியாகப் போகவில்லை. அஃப்ஸல் கானுடன் வந்த படைகள் அந்த வட்டாரத்தில்தான் இருக்கும். அவர் கொண்டு வந்த ஆயுதங்களும் எளிதில் எட்டும் தூரத்தில்தான் இருக்கும். எதற்காகத் தான் மட்டும் நிராயுத பாணியாகப் போவது என்று யோசித்தார்.

ஒப்புக் கொண்டபடி 1659 நவம்பர் பத்தாம் தேதி சந்திப்பு நிகழ்ந்தது.

உயரத்திலும், எடையிலும், உடலமைப்பிலும் ஏன், வலிமை யிலும் சிவாஜியைக் காட்டிலும் அஃப்ஸல்கான் மேலானவர். பேச்சு வார்த்தை தொடங்கி சில நிமிடங்கள்கூட ஆகியிருக்காது. அஃப்ஸல் கான் திடீரென்று தன் பிச்சுவாவை எடுத்து சிவாஜியின் மார்பில் குத்தினார். ஆனால் அவர் எதிர்பார்த்தபடி ரத்தம் பீய்ச்சி அடிக்கவில்லை. சிவாஜி நிலை தடுமாறி விழ வில்லை. மாறாக ணங்கென்ற சப்தத்துடன் உள்ளே இறங்காமல் பிச்சுவா நின்று போனது. அஃப்ஸல்கானை நன்றாக அறிந்திருந்த சிவாஜி உள்ளே உலோக கவசம் அணிந்து வந்திருந்தார்.

சிவாஜி அஃப்ஸல்கானைப் பார்த்து இரக்கத்துடன் சிரித்தார்.

சிரித்தபடி உள்ளே மறைத்து வைத்திருந்த உடைவாளை எடுத்து ஒரு சுழற்றுச் சுழற்றினார். திகிலடைந்த அஃப்ஸல் கான் அலறிய படி குகையைவிட்டு வெளியே ஓடினார். அவருடன் பாது காப்புக்கு வந்திருந்த கிருஷ்ணாஜி பாஸ்கர் குல்கர்ணி அஃப்ஸல் கானுக்கு முன்னால் கேடயமாக நின்றபடி தன் வாளை உருவினார். ஒரே வாள் வீச்சில் அவரைக் கொன்றார் சிவாஜி. அடுத்து சையத் பண்டா என்கிற அஃப்ஸல் கானின் மெய்க்காப் பாளர் சிவாஜியைத் தாக்குவதற்கு ஓடி வர, சிவாஜியின் மெய்க் காப்பாளர் ஜீவ மகளா அவர் கையை வெட்டி வீழ்த்தினார்.

மேலே பட்ட காயங்களிலிருந்து ரத்தம் வழிய, மூச்சைப் பிடித்துக்கொண்டு, தவழ்ந்து பிரண்டு தான் வந்த பல்லக்கில் போய் விழுந்தார் அஃப்ஸல் கான். அதைச் சுமந்து வந்தவர்களும் கண நேரத்தில் தூக்கிக் கொண்டு தப்பினோம் பிழைத்தோம் என்று ஓடினார்கள். ஆனால் சிவாஜியின் படைத் தளபதி ஷம்பாஜி காவ்ஜி கொண்டால்கரும், இன்னொரு மெய்க் காப்பாளரும் பல்லக்குத் தூக்கிகளைத் துரத்திப் பிடித்தார்கள். அவர்கள் பல்லக்கை இறக்கி வைத்துவிட்டு ஓட, அஃப்ஸல் கானை வெளியில் இழுத்துப் போட்டுத் தலையைச் சீவி எடுத்தார்கள்.

தன் மகன் (சிவாஜியின் மூத்த சகோதரன்) சாம்பாஜியைக் கொன்றவர் என்பதாலும், கணவர் ஷஹாஜி கைதியாக இருந்தபோது அவரை ஊரறிய சங்கிலி பூட்டி இழுத்து வந்து அவமானப் படுத்தியவர் என்பதாலும் ஜீஜாபாய்க்கு அஃப்ஸல் கான் மீது பல ஆண்டுகளாகப் பழி உணர்ச்சி இருந்தது. ஆகவே

வெட்டப்பட்ட அஃப்ஸல் கானின் தலை சிவாஜியின் தாயாரின் பார்வைக்கு அனுப்பி வைக்கப்பட்டது.

அந்தப் பகுதி முழுவதும் அடில்சாஹிக்களின் கட்டுப்பாட்டில் இருந்தாலும் அங்கிருந்த நிலச் சுவான்தார்களும், விவசாயிகளும், இதர மக்களும் ஷஹாஜியின் விசுவாசிகள். ஷஹாஜி பல காலம் அடில் சாஹிக்களிடம் பணியாற்றியவர் என்பதால் அந்தப் பகுதி மக்களின் அபிமானத்தைப் பெற்றிருந்தார். ஆகவே சிவாஜியால் தன் படையினரை ஆங்காங்கே மறைத்து வைக்க முடிந்தது.

முன்னணியில் இருந்த பீரங்கிக்காரர்களை சமிஞ்ஞை செய்து வெடிக்கச் செய்தார். இது முன்னரே படையினருக்கு சொல்லி வைத்திருந்த சமிஞ்ஞை. அடுத்த நொடி அவர்கள் அனைவரும் தங்கள் மின்னல் வேகத் தாக்குதலையும் முன்னேற்றத்தையும் ஆரம்பித்தார்கள். மிகக் குறுகிய காலச் சண்டையில் அடில்சாஹிக்களின் கட்டுப்பாட்டில் இருந்த பகுதிகளில் நான்கில் ஒரு பகுதி மராட்டியர்களின் கட்டுப்பாட்டில் வந்தது. போரில் காயமடைந்த அடில்சாஹிக்களின் வீரர்களுக்கு மராட்டிய ராணுவத்தினர் சிகிச்சை அளித்தார்கள். இந்த அன்பான போக்கின் காரணமாக அடில்சாஹிக்களின் படையிலிருந்த ஏராளமானோர் மராட்டிய ராணுவத்தில் இணைந்து கொண்டார்கள். அவர்களில் சித்தி ஹலால் என்னும் தளபதி முக்கியமானவர்.

எதிரிப் படையுடன் இணைந்து தங்கள் படையினருடன் சண்டை யிடுபவர்களைப் பார்க்கவே முடியாது. ஒரு நாட்டின் அரசாங்கம் தங்கள் படை வீரர்களை நடத்தும் விதமும், வீரர் களுக்குள் ஒற்றுமையும் நன்றாக இருந்தால் இப்படிப்பட்ட விஷயங்கள் நடைபெறாது. சிவாஜியின் வீரர்களின் பண்பு மட்டுமல்லாது, அடில்சாஹிக்கள் தங்கள் ராணுவத்தினரைப் பராமரித்த லட்சணமும் இதன் மூலம் ஓரளவு புரியும்.

இந்தத் தோல்வியுடன் துவண்டுபோய் அடில்சாஹிக்கள் சும்மா இருந்து விடவில்லை. அடுத்த மாதமே இன்னும் வலிமையான படை ஒன்றைத் திரட்டினார்கள். அந்தப் படை முன்னைப் போல இருமடங்கு பெரிது, அதாவது பத்தாயிரம் பேர்களை உள்ளடக்கிய படை. தளபதியும் அபிசீனியாவிலிருந்து இறக்குமதி! மிகத் திறமையானவர் என்று கருதப்பட்ட ருஸ்தம்ஜமான் என்பவரின் தலைமையில் சிவாஜியைத் தாக்க பெரும் படையை அனுப்பினார்கள். இவ்வளவு குறுகிய

காலத்துக்குள் மீண்டும் தாக்குதல் என்பதில் சிவாஜியின் ராணுவத்தினருக்கு எந்த பிரதிகூலமும் இல்லை. மாறாக சமீபத்தில் போர் செய்திருந்த அனுபவம் அனுகூலமாகத்தான் அமைந்தது. அது மட்டுமல்ல, அடில்சாஹிக்களின் படையில் இருந்த பலரும் முன்னர் நடந்த போரில் சிவாஜி பக்கம் சேர்ந்திருந்தார்கள். ஆகவே எதிராளியின் பலம் எது, பலவீனம் எது என்பதையெல்லாம் அவர்கள் தங்கள் புது சகாக்களுக்குச் சொல்லித் தந்தபடி இருந்தார்கள். போரில் மிக முக்கியமானது வலியறிதல்தானே. இந்தத் தகவல்கள் சிவாஜியின் படை யினருக்குப் பெருமளவில் உதவின.

சிவாஜியின் படைகள் கோலாப்பூர் என்கிற இடத்தில் எதிரியின் படையை எதிர்கொண்டன. எதிரிகளின் எண்ணிக்கையில் பாதி தான் சிவாஜியின் ராணுவத்தினரின் எண்ணிக்கை. ஆனாலும் வீரமும், விவேகமும், கொரில்லாப் போர்முறையும் அவர் களுக்குப் பெரும் பலமாக அமைந்தன. எங்கே இருக்கிறார்கள், எப்போது என்ன செய்வார்கள் என்பதை ஊகிக்க முடியாமல் செயல்படுவதுதான் சிவாஜியின் தனிப்பட்ட போர்முறை. கூட்டமாக ஒரே திசையில் முன்னேறிச் செல்லாமல் எதிரிப் படையினரை மூன்று திசைகளிலிருந்து தாக்கினார்கள். மேலும், எல்லா வீரர்களும் ஒரே சமயம் சண்டையில் இறங்காமல் ஒரு பிரிவினர் சுற்று வட்டாரத்தில் ஒளிந்திருப்பதும் சிவாஜி படை யினரின் வழக்கம். சண்டையிட்டுக் கொண்டிருப்பவர்கள் தளர்ச்சி அடையும்போது திடீரென்று மறைவிடத்திலிருந்து ஒரு கூட்டம் வெளியேறி தாக்க ஆரம்பிக்கும்.

இது போன்ற எதிர்பாராத தாக்குதல்களை எதிரிப் படையினர் சமாளிக்க முடியாமல் திக்கு முக்காடினர். பலர் தப்பி ஓடி னார்கள். பலர் மாண்டு போனார்கள். இன்னும் பலர் பலத்த காயமடைந்து செயலிழந்தார்கள். எஞ்சியிருந்தவர்களும் தளர்ச்சி அடைந்து போர் செய்யும் சக்தியை இழந்தார்கள். சில மணி நேரங்களுக்குள் எதிரிப் படையினரைச் சுற்றி வளைத்தார்கள் சிவாஜியின் வீரர்கள். ஏற்கெனவே பதுங்க ஆரம்பித்திருந்த ருஸ்தம்ஜமான் தப்பி எல்லைப் பகுதிக்கு ஓடி விட்டார்.

வலிமை என்பது படையின் அளவிலோ, வீரர்களின் எண்ணிக் கையிலோ இல்லை. சிறந்த பயிற்சியும், சாதுர்யமான யுக்தி களும் இருந்தால் எத்தனை பெரிய படையையும் வெல்லலாம் என்பதை சிவாஜி நிரூபித்தார்.

சிவாஜியின் இந்தத் தொடர் வெற்றிகள் ஒளரங்கசீப்பை அச்சமும் அதிர்ச்சியும் அடைய வைத்தன. முகலாய சக்திகளுக்கு எதிராகப் புறப்பட்டிருக்கும் சிவாஜி இன்று அடில்சாஹிக்களை வென்று அவர்களின் பகுதிகளை ஆக்கிரமித்து வருகிறான், நாளை நம் பக்கமும் அவன் திரும்பலாம் என்கிற முன்னெச்சரிக்கை உணர்வு அவரை யோசிக்க வைத்தது. அடில்சாஹிக்களும் சிவாஜி மீது ஆரம்பத்திலிருந்தே பழி உணர்வில் இருந்தார்கள். எதிரிகள் இருவரும் ஒன்று கூடும் சந்தர்ப்பம் உண்டாயிற்று.

துண்டாகிப் பறந்த கட்டை விரல்!

முகம்மத் அடில்ஷா 1657ம் ஆண்டு காலமானபோது அவருடைய மகன் அலி அடில்ஷா பதின்ம வயதுகளில் இருந்தார். பெயரளவில் அவர் அடுத்த சுல்தானாகப் பட்டமேற்றாலும், நிர்வாகத்தை முதன் மந்திரி கான் முகம்மதும், படி சாயிபா எனப் பட்ட தாஜ் சுல்தானாவும்தான் கவனித்துக் கொண்டார்கள். தாஜ் சுல்தானா அலி அடில்ஷாவின் பாட்டி. முகம்மத் அடில்ஷா வுக்குத் தன் காலத்தில் சிவாஜியை அடக்க முடியவில்லையே என்கிற ஆற்றாமை இருந்து அந்த ஆற்றாமையுடனே இறந்தும் போய் விட்டார். நோய்ப் படுக்கையில் இருந்த தன் மகன் முகம்மத் அடில்ஷா மெல்ல மெல்ல நோய் அதிகமாகி இறந்து போனதற்கே சிவாஜிதான் காரணம் என்று வலுவாக நம்பியவர் படி சாயிபா. ஆகவே பழி உணர்வு அவர் மனத்தில் கொழுந்து விட்டு எரிந்தது.

முகலாயர்களும் சுல்தான்களும் நேச அரசர்கள் அல்ல. முகலாயர்கள் பல சந்தர்ப்பங்களில்

தக்கண சுல்தான்கள்மீது படையெடுத்ததுண்டு. முகலாயர்கள் மத்திய ஆசியாவின் உஸ்பெகிஸ்தானிலிருந்து வந்தவர்கள். சுல்தான்கள் ஆஃப்கானிஸ்தான்காரர்கள். ஆனால் ஒரு பொதுவான எதிரி உருவானதும் அவர்கள் தங்கள் வேறுபாடுகளை மறந்தார்கள்.

1660ம் ஆண்டு.

தங்கள் படைபலமும், படையினரின் திறமையும் சிவாஜியை ஒடுக்கப் போதாது என்பதை படி சாயிபா உணர்ந்தார். சிவாஜியை ஒடுக்குவதில் தங்களுக்கு உதவுமாறு ஔரங்க சீப்புக்குத் தூதுவன் மூலம் செய்தி அனுப்பினார். தானும் அதே நோக்கத்தில் இருந்த ஔரங்கசீப் உடனடியாக இதற்குச் சம்மதித்தார். சம்மதித்தது மட்டுமில்லை, தான் அனுப்பிய படைக்குத் தலைமை தாங்க தன் தாய் மாமனான சாயிஷ்டா கானையே அனுப்பினார். மஹாபாரதமாக இருந்தாலும், முகலாயர்களாக இருந்தாலும் தாய்மாமன்கள்தான் அரசர்களின் ஃப்ரெண்ட் ஃபிலாசஃபர் அண்ட் மிஸ்கைட்!

நவீன ஆயுதங்களுடன், நன்றாகப் பயிற்சி பெற்ற ஒன்றரை லட்சம் வீரர்கள் சாயிஷ்டா கான் தலைமையில் புறப்பட்டார்கள். அடில்சாஹி படைகளும் இணைந்து கொண்டதும் மிகப் பெரிய படையாக அது மாறியது. இவ்வளவு பெரிய படையாக இருந்தாலும் அவர்களால் சக்கான் கோட்டையையும், புனாவின் லால் மஹால் கோட்டையையும் மட்டுமே கைப்பற்ற முடிந்தது. அதிலும் வெறும் ஐநூறு வீரர்கள் மட்டுமே காவலிருந்த சக்கான் கோட்டையைக் கைப்பற்ற அவர்களுக்கு ஒன்றரை மாதங்கள் ஆயினவாம்! அந்தக் கோட்டையின் காவல் பொறுப்பை ஏற்றிருந்த ஃபிராங்கோஜி நர்சாலா அத்தனை திறமையானவர்.

ஃபிராங்கோஜியைக் கைது செய்து சாயிஷ்டா கானிடம் அழைத்துப் போனபோது முதலில் சாயிஷ்டா கானுக்கு பிரமிப்புதான் ஏற்பட்டதாம். இருபத்தோராயிரம் வீரர்களை எதிர்த்து ஒன்றரை மாதங்கள் தாக்குப் பிடித்த அவரது திறமையை உபயோகித்துக் கொள்ளவே சாயிஷ்டா கான் விரும்பினார். பெரும் பரிசுகளைக் கொடுத்து முகலாயர்களுடன் சேர்ந்து கொள்ளுமாறு கேட்டாராம். ஃபிராங்கோஜி தன் கொள்கையில் மிகத் தெளிவாக இருந்தார். முகலாயர்கள் தந்த வாய்ப்பை ஏற்க உறுதியாக மறுத்துவிட்டார். சிவாஜியால் எப்படி தன்னிடம

பணியாற்றுகிறவர்களிடம் இப்படிப்பட்ட விசுவாசத்தை உருவாக்க முடிகிறது என்று சாயிஷ்டா கான் வியந்தார். வியப்பு மட்டுமில்லை, ஃபிராங்கோஜி மீது மரியாதையும் உண்டாயிற்று. அவரை விடுதலை செய்து அனுப்பினார்.

ஃபிராங்கோஜியின் விசுவாசத்தில் சிலிர்த்த சிவாஜி அவரைப் பாராட்டி பூபல்கட் எனப்படும் கோட்டையை அவருக்கு வெகுமதியாக அளித்தார்.

சிவாஜியின் படையினர் இவ்வளவு திறமையானவர்களாக இருந்ததால்தான் சாயிஷ்டா கானால் அவ்வளவு பெரிய படை இருந்தும் இரண்டு கோட்டைகளுக்கு அதிகமாகக் கைப்பற்ற முடியவில்லை. ஆயினும் லால்மஹாலிலேயே தங்கினார் சாயிஷ்டா கான். எப்படியாது இன்னும் சில கோட்டைகளைக் கைப்பற்றி விடுவது என்கிற முடிவில் அங்கே முகாமிட்டார். ஆனால் மூன்றாண்டுகள் தங்கியும் அவரால் எதுவும் செய்ய முடியவில்லை.

தக்க சமயத்துக்காக சிவாஜி பொறுமையாகக் காத்திருந்தார். மூன்று ஆண்டுகள் கழிந்தன. மெல்ல மெல்ல சாயிஷ்டா கானின் பாதுகாவலர்களுக்கும், தளபதிகளுக்கும் அதீத நம்பிக்கையில் கவனக் குறைவு உண்டாயிற்று. சிவாஜியின் பதில் தாக்குதலை எதிர்நோக்கி எதிர்நோக்கி அது இனி நிகழாது என்கிற முடிவுக்கே வந்திருந்தார்கள். ஆகவே காவல் ஏற்பாடுகள் சம்பிரதாயமாக ஆகிவிட்டன.

எதிராளி வலிமையானவன் என்பது தெரிந்தால் தந்திரத்தை மட்டுமே சிவாஜி பிரயோகிப்பது வழக்கம். சாயிஷ்டா கானுக்கு பதிலடி கொடுக்கவும் அருமையான திட்டமொன்றைத் தீட்டினார். லால் மஹால் இருந்த பகுதியில் ஒரு இஸ்லாமியத் திருமணம் நடப்பதும், நள்ளிரவில் ஊர்வலம் நடத்த அவர்கள் அனுமதி பெற்றிருப்பதும் ஒற்றர்கள் மூலம் தெரிய வந்தது. நள்ளிரவில் திருமணம் செய்வதுதானே இஸ்லாமியர் வழக்கம்.

திருமண ஊர்வலத்தில் வாத்தியக் கோஷ்டியினர் மேள தாளங்கள் முழங்க வந்து கொண்டிருந்தார்கள். அந்தத் திருமண கோஷ்டியுடனே சிவாஜியும் அவருடைய வீரர்களும் லால் மஹால் கோட்டையை வந்தடைந்தனர். திருமணம் நடந்த இடம் கோட்டைக்கு அருகாமையில் இருந்ததால் வாத்தியக் கோஷ்டியின் இசை திம் திம் என உச்சஸ்தாயியில் தொடர்ந்தது.

சிவாஜியின் ஆட்கள் கோட்டையின் சுவற்றை இடித்துத் தகர்த்த சப்தம் அந்த இசை ஒலியில் கரைந்து போயிற்று. சிவாஜியுடன் வந்த வீரர்களும், சிவாஜியும் சுவற்றில் செய்த துளை வழியாக கோட்டைக்குள் நுழைந்தார்கள். துளையருகே இருவர் காவலுக்கு நின்றுகொண்டார்கள். கோட்டைக் கதவைத் தாழிட்டு காவலிருந்த சிப்பாய்கள் உள்ளே வராதவாறு செய்து விட்டு வாசலருகே இருவர் காவலிருந்தார்கள். காவல் கோபுரங் களில் இருந்தவர்களை மின்னல் வேகத்தில் வெட்டி வீழ்த்தி அங்கே சிலர் தாங்கள் காவலுக்கு நின்று கொண்டார்கள். கோட்டையிலிருந்து தப்பி ஓடும் வழிகள் எல்லாவற்றிலும் இருவர் காவலிருந்தார்கள்.

லால் மஹால் சிவாஜி பால்யத்தில் வளர்ந்த கோட்டை.

எந்த அறை எங்கிருக்கும், எங்கெங்கே தப்பும் வழிகள், எங்கே கூரையைப் பிரித்தால் எந்த அறைக்குள் நுழையலாம் என்பதெல் லாம் அத்துப்படி அவருக்கு. சாயிஷ்டா கானின் படுக்கை யறைக்குள் பிரவேசிக்க அதிக நேரமாகவில்லை சிவாஜிக்கு. படுக்கையைச் சுற்றியிருந்த அடிமைப் பெண்கள் சிவாஜியைப் பார்த்ததும் அச்சத்தில் அலறினார்கள். வாளை எடுத்து சிவாஜி ஒரு சுழற்றுச் சுழற்ற, பெண்களின் அலறலில் சுதாரித்திருந்த சாயிஷ்டா கான் சரேலென்று உருண்டு வாள் வீச்சிலிருந்து தப்ப முயன்றார். ஆனால் அச்சத்தில் கையை நீட்டி முகத்தை மறைத்ததில் கட்டை விரல் துண்டாகிப் பறந்தது.

எப்படியாவது எஜமானரைக் காப்பாற்றும் முயற்சியில் பெண் ஒருத்தி விளக்கை அணைத்தாள். எங்கும் இருள். சாயிஷ்டா கான் இருக்குமிடத்தை சிவாஜி ஊகிப்பதற்குள் அந்தப் பெண்கள் நால்வரும் சேர்ந்து கானை சன்னல் வழியாக வெளியே வீசி எறிந்தார்கள். தப்பித்தோம் பிழைத்தோம் என்று சாயிஷ்டா கான் ஓடினார். ஆனால் வேறு யாருமே தப்பிக்க முடியவில்லை. சாயிஷ்டா கானின் உறவினர்களும் அவரது பணியாட்களும் கொல்லப்பட்டார்கள். கோட்டையை சிவாஜியின் படையினர் கைப்பற்றியது தெரிந்ததும் வாசலில் இருந்த காவலர்களும் தப்பி ஓடினார்கள்.

தோல்வி அடைந்து ஓடி வந்த சாயிஷ்டா கானின் இயலாமை கண்டு எரிச்சலடைந்த ஒளரங்கசீப் அவரை வங்காளத்துக்கு அனுப்பினார்.

பதிலடி கொடுப்பதற்குத் தக்க சமயத்தை எதிர்நோக்கியிருந்தார் சாயிஷ்டா கான். 1661ம் ஆண்டு முப்பதாயிரம் பேர்கள் கொண்ட படையை கர்தலாப் கான் என்பவரின் தலைமையில் அனுப்பினார். சிவாஜியின் கட்டுப்பாட்டில் இருக்கும் ஒரு சில கோட்டைகளையாவது கைப்பற்றியாக வேண்டும் என்பது அவர்களுக்கு இடப்பட்டிருந்த உத்தரவு. படை அணிவகுத்து நாட்டின் எல்லைக்குள் வரும்போதே சுற்றி வளைக்கப்பட்டது. பெண் தளபதி ராய் பாகின் கைது செய்யப்பட்டார். பல படைவீரர்கள் கைதியாகப் பிடிக்கப்பட்டனர். ஆனாலும் அந்தப் பெண் தளபதியை கௌரவமாக நடத்தி, திருப்பி அனுப்பி வைத்தார் சிவாஜி. எதிரிகளின் எதிர்ப்பைவிட பெருந்தன்மை நம்மை அதிக மன உளைச்சலுக்கு ஆளாக்கும். ஒரு வகையில் உன்னால் என்னை எதுவும் செய்ய முடியாது என்கிற மனப் பாங்கின் வெளிப்பாடு இது போன்ற செயல்கள். ஆகவே ஔரங்கசீப்பின் ஆத்திரம் இயலாமையின் காரணமாக மேன் மேலும் ஏறியது.

அடுத்த நடவடிக்கை சிவாஜி இதற்குக் கொடுத்த பதிலடி.

சாயிஷ்டா கானின் தாக்குதல்களினால் ஏகப்பட்ட சேதமும் பொருளிழப்பும் ஏற்பட்டிருந்தன. அந்த நஷ்டங்களுக்கு ஈடாக அவர்களிடமிருந்தே செல்வத்தை எடுத்து வர வேண்டி, 1664ம் ஆண்டு சிவாஜி அவர்களது செல்வம் மிகுந்த வியாபாரத் தலமான சூரத்தைத் தாக்கினார். தாக்கிக் கைப்பற்றவும் செய்தார். ஔரங்கசீப்பின் ஆத்திரம் எல்லை மீறியது.

சிவாஜி என்றதும் எல்லோருக்கும் ஞாபகம் வருவது அவர் ஆக்ரா விலிருந்து தப்பிய நிகழ்ச்சி. இந்த சம்பவம் சுவாரஸ்யமானது மட்டுமல்ல, சிவாஜியின் சாதுர்யத்தை விளக்குவதும் ஆகும். எதிரியின் பாசறையில் சிக்குண்ட ஒருவர் வெளியேறியது மட்டு மில்லாமல், கைப்பற்றப்பட்ட தன் ராஜ்யத்தின் பகுதிகளை மீட்பது என்பது சரித்திரத்தில் அதற்கு முன்பும் நிகழ்ந்ததில்லை, பின்னாலும் இல்லை.

தங்கக் கூண்டு; தப்பிக்க கூடைகள்!

வலியறிதல், இடனறிதலை எல்லாம் வள்ளுவர் இரண்டாயிரத்திச் சொச்சம் ஆண்டு களுக்கு முன்னர் எழுதியிருந்தாலும் அதை மராத்தியர்களோ, முகலாயர்களோ அறிந் திருக்க நியாயமில்லை. சிவாஜி முகலாயர் களிடமும், சுல்தான்களிடமும் வரி வசூலிக் கும் அளவுக்கு மகாசக்தியாக உருவெடுத் திருந்தாலும் அவர் சறுக்கி விழுந்த தருணங்கள் உண்டு.

அது 1666ம் ஆண்டு.

முகலாயர்களுக்கு எதிரான பெரும் சக்தியாக சிவாஜி உருவெடுத்து வந்தது ஔரங்க சீப்புக்கு உறுத்திக் கொண்டே இருந்தது. சிவாஜியை வளர விட்டால் தாங்கள் எல்லோரும் எங்கிருந்து வந்தோமோ அங்கேயே திரும்பும்படியான சூழ்நிலை வந்து விடும் என்கிற அச்சம் அவர் மனத்தை உறுத்திக் கொண்டே இருந்தது. இந்த அச்சம் பாதுகாப்பு உணர்வாகி, எதிரியைத்

தோற்கடிக்கும் வெறியாகி இறுதியில் ஒரு பெரிய படையைத் தயார் செய்தார். அக்பர் காலம் முதலே ராஜபுத்திரர்கள் முகலாயர்களின் தோழமை அரசர்கள். ராஜபுத்திரர்கள் வீரத்திலும் சிறந்து விளங்கியவர்கள். முகலாயர்களுடன் சேர்ந்து கொண்டு சிவாஜியை எதிர்க்க அவர்கள் துணிந்தது முகலாயர் களின் நட்பின் உயர்வைக் காட்டுகிறதா அல்லது ராஜபுத்திரர் களின் கோடரிக் காம்பு உணர்வைக் காட்டுகிறதா என்று புரியவில்லை. ஜெய்ப்பூர் அரசன் ஜெய்சிங்கை சிவாஜியை வெல் வதற்கு ஒளரங்கசீப் பயன்படுத்திக் கொண்டார். ஒருவேளை ஜெய்சிங்கின் பொறுப்பிலேயே படையை விட்டால் இனம் இனத்தோடு சேர்ந்துவிடும் என்கிற அச்சம் இருந்ததோ என்னவோ, கூடவே தன்னுடைய தளபதி திலியர் கானையும் சேர்த்து அனுப்பினார்.

தன்னால் அவர்களை எதிர்த்து நின்று வெற்றி அடைய முடியாது என்பதை உணர்ந்து, சிவாஜி ஒளரங்கசீப்புடன் சமாதானத்துக்கு வருவதற்குச் சம்மதித்தார். தோல்வி அடைந்த அரசர்கள் இப்படி சமாதானத்துக்கு வந்து, கொஞ்சம் விட்டுக் கொடுப்பது, அல்லது கப்பம் கட்டச் சம்மதிப்பது என்பதெல்லாம் அந்தக் காலத்தில் சாதாரண விஷயங்களே. சிவாஜியின் கட்டுப்பாட்டில் இருந்த பெரும்பாலான கோட்டைகளை முகலாயர்களிடம் விட்டுக் கொடுத்துவிடுவது என்றும், தன் கட்டுப்பாட்டில் ஒரு சில கோட்டைகளை மட்டும்தான் வைத்துக் கொள்ள வேண்டும் என்றும் தீர்மானமாயிற்று. அது மட்டுமில்லாது முகலாய சாம்ராஜ்யத்திற்கு விசுவாசமாக இருக்க வேண்டும் என்றும் தீர்மானமாயிற்று. இந்த விதிமுறைகளுக்கு சிவாஜி ஒப்புக் கொண்டார்.

இந்த இடத்தில் கொஞ்சம் யோசித்தால், முகலாயர்களை அகற்றுவதுதான் சிவாஜியின் குறிக்கோள் என்றால் இப்படிப் பட்ட சமாதான உடன்படிக்கைகள் அப்படி ஒரு குறிக்கோளே சிவாஜிக்கு இல்லையோ என் நினைக்க வைக்கின்றன. இல்லையில்லை... இது வெறும் விட்டுப் பிடிக்கும் சூதுதான் என்றால் சிவாஜியை எதிர்மறையாக விமரிசிக்கும் சரித்திர ஆசிரியர்களின் கூற்றுக்கள் சரிதானோ என்று நினைக்க வைக் கின்றன. எப்படியோ, சிவாஜி சமாதானத்துக்கு உடன்பட்டதும் உடனடியாக அடுத்த கட்டத்தை யோசித்தார் ஒளரங்கசீப்.

சிவாஜியை ஆக்ராவுக்கு அழைத்து வரச்சொல்லி ஜெய்சிங்கிற்கு செய்தி அனுப்பினார் ஒளரங்கசீப். சிவாஜிக்கு சந்தேகம் உண்டாயிற்று. சமாதானத்துக்கு ஒப்புக்கொண்டும் ஏன் தன்னைத் தலைநகருக்கு அழைக்கிறார்? அங்கே அழைத்துப்போய்க் கொலை செய்வதற்கான தந்திரமோ இது? இந்தச் சந்தேகம் வந்ததும் உடன் செல்வதற்கு ஒப்புக் கொள்ளவில்லை சிவாஜி. ஆனால் ஜெய்சிங் சிவாஜியின் உயிருக்கு ஆபத்தில்லை என்கிற உத்திரவாதத்தைக் கொடுத்தார். ஆக்ராவில் நடைபெறும் ஒளரங்கசீப்பின் பிறந்தநாள் விழாவில் கலந்து கொள்வதற்காகத் தான் அந்த அழைப்பு என்று விளக்கினார். அப்படி ஏதாவது கொலை செய்யும் முயற்சிகள் நடந்தால் தன் உயிரைக் கொடுத் தாவது அதைத் தடுத்து நிறுத்துவேன் என்கிற வாக்குறுதியை அளித்தார்.

ராஜபுத்திரர்கள் சிவாஜியின் நண்பர்கள். அவர்களுடன் போர் செய்வதில்லை என்கிற நிலை எடுக்குமளவுக்கு சிவாஜி நேசமாக இருந்தார். அது மட்டுமில்லை, அவர்கள் கொடுத்த வாக்கைக் காப்பாற்றும் குணம் கொண்டவர்கள். ஆகவே ஜெய்சிங்கின் உறுதி மொழியில் நம்பிக்கை ஏற்பட்டு, கொண்டாட்டம் என்கிற காரணத்தால் ஒன்பது வயதே ஆன தன் மகனையும் அழைத்துக் கொண்டு ஆக்ராவுக்குப் புறப்பட்டார். கூடவே பாதுகாப்புக்காக நான்காயிரம் பேர்கள் கொண்ட ஒரு பாதுகாப்புப் படையை அழைத்துக் கொண்டார்.

ஆக்ரா போய், தனக்கு ஏற்பாடு செய்திருந்த இடத்தில் தங்கி சிரமப் பரிகாரம் செய்து கொண்டார். தங்கும் ஏற்பாடுகள் சௌகர்யமாக இருந்ததில் நம்பிக்கை ஏற்பட்டு அடுத்த நாள் அரண்மனைக்குப் புறப்பட்டார். ஒளரங்கசீப்பின் அரண்மனை விளக்குகளால் அலங்கரிக்கப்பட்டு, பாட்டும், நடனமும், விருந்துமாக அமர்க்களப்பட்டது. சிவாஜியின் நம்பிக்கை இன்னும் சற்று அதிகமாயிற்று. சிவாஜி அரண்மனைக்குள் நுழைந்து கொலு மண்டபத்தை அடைந்தார். வாழ்த்துவதற்கு வந்திருக்கும் தங்களை ஒளரங்கசீப் தக்க மரியாதையுடன் எதிர்கொண்டு உபசரிப்பார் என்கிற எதிர்பார்ப்பு போனதுமே தூள் தூளாயிற்று. ஆயிரக் கணக்கில் நின்றிருந்த படை வீரர் களுடன் நிற்க வைக்கப்பட்டார் சிவாஜி.

மகாராஷ்டர சாம்ராஜ்யத்தின் மாவீரன். மக்கள் பணிந்து வணங்கும் மாமன்னன். இப்படி சாதாரண படை வீரர்களுக்குச்

சமமாக நிற்க வைக்கப்பட்ட அவமானம் சிவாஜியின் நெஞ்சைச் சுட்டது. ஒளரங்கசீப்பின் நம்பிக்கைத் துரோகத்தை அத்தனை பேர் எதிரிலும் விமர்சித்துவிட்டு கோபத்துடன் வெளியேறினார் சிவாஜி.

ஒளரங்கசீப்பும் சாதாரண ஆளல்லவே, அவருடைய கொலு மண்டபத்திலேயே அவரை எதிர்த்து, விமர்சித்துப் பேசி விட்டு ஒருவர் வெளியே போய் விட முடியுமா என்று நீங்கள் யோசிக் கலாம். உண்மைதான், அப்படிச் செய்வது சாத்தியமில்லைதான். பொதுவாக அப்படிச் செய்கிறவர்களை நொடியில் தலையைக் கொய்து எறிவதுதான் அரசர்களின் பொதுவான வழக்கம். அதிலும் முகலாய அரசர்கள், தங்களிடம் தோற்றுப் போன எதிரி மன்னனை எப்படி இப்படிப் பேச அனுமதிப்பார்கள்? ஒளரங்கசீப்பின் பொறுமைக்கு இரண்டு காரணங்கள் இருந்தன. முதலாவது ஜெய்சிங், சிவாஜியின் உயிருக்கு உத்திரவாதம் அளித்திருந்தார். அந்த உத்திரவாதத்தை ஒளரங்கசீப் மதித்தே ஆக வேண்டும். ஏனெனில் மாவீரனான ஜெய்சிங்கின் ஆதரவும் நட்பும் ஒளரங்கசீப்புக்குத் தேவையிருந்தது. இன்னொரு காரணம் சிவாஜிக்கு என்று அவர் மனத்தில் ஒரு திட்டம் இருந்ததுதான். அதனால்தான் பதறாத காரியம் சிதறாது என்று அமைதியாகக் கையாண்டார் இந்தப் பிரச்னையை.

எப்படி ஜெய்சிங்கைத் தன்சார்பில் சிவாஜியை எதிர்த்துப் போர் செய்யப் பயன்படுத்திக் கொண்டாரோ அதைப்போல சிவாஜியை ஆஃப்கானிஸ்தானுக்கு அனுப்பி அங்கே போரிட்டு முகலாய சாம்ராஜ்யத்தை விரிவுபடுத்துவது என்று முடிவு செய்திருந்தார் ஒளரங்கசீப். வெற்றி அடைந்தால் முகலாய சாம்ராஜ்யம் விரிவடையப் போகிறது. தோல்வி அடைந்து சிறைப் பிடிக்கப்பட்டால் சிவாஜி ஏற்கெனவே அவருடைய கைதிதானே! சிவாஜியை அவர்கள் கொலை செய்தால் கூடக் கவலை இல்லையே!

இந்தத் திட்டம் செயலாக வேண்டுமென்றால் சிவாஜியைக் கொலை செய்துவிடக்கூடாது, சிறையிலடைத்துக் கைதி போலவும் நடத்தக் கூடாது. அதே சமயம் சுதந்திரமாக நடமாடவும் விடக் கூடாது. ஒரு சாதுர்யமான கண்காணிப்பில், கைதி என்பது தெரியாத அளவுக்குக் கைதியாக வைத்திருக்க வேண்டும். ஆகவே, தங்குமிடத்தை சிவாஜி அடையக் காத்திருந்த ஒளரங்க

சீப்பின் ஆட்கள் அவர் உள்ளே நுழைந்ததும் திட்டமிட்டபடி பாதுகாப்பு ஏற்பாடுகளைச் செய்தார்கள். சௌகர்யத்திற்கு எந்தக் குறையும் வைக்கவில்லை. சிவாஜியுடன்கூட வந்திருந்த சிலரையே பணியாட்களாக வைத்துக் கொள்ளச் சம்மதித்தார்கள். சிவாஜிக்கு அது ஒரு தங்கக் கூண்டு என்பது புரியாமலில்லை. எதற்காகத் தன்னை இப்படிப் பாதுகாப்பில் வைத்திருக்கிறார்கள், என்ன எதிர்பார்க்கிறார்கள் என்பது மட்டும் புரியவில்லை.

முகலாயர்களாகட்டும், சுல்தான்களாகட்டும் படைவீரர்கள் இந்த மண்ணைச் சேர்ந்தவர்கள்தானே! சிவாஜியின் பணியாளர்களும், ஒளரங்கசீப்பின் பணியாளர்களும் நண்பர்கள் ஆனார்கள். ஒளரங்கசீப்பின் படைவீரர்களிலும் சிலர் நண்பர்களாக ஆனார்கள். அவர்கள் கூடி வெட்டி வம்பு பேசும்போது ஒளரங்க சீப்பின் திட்டம் என்னவென்பது வெளியே வந்தது. அதைத் தங்கள் தலைவனிடம் வந்து அவர்கள் தெரிவிக்கவும் செய்தார்கள். ஒளரங்கசீப்பின் வஞ்சகத் திட்டத்தைக் கேட்டதும் சிவாஜிக்கு ஆத்திரம் ஏற்பட்டது. ஆனாலும் கோபம் கொள்வதால் எதையும் சாதித்து விட முடியாது என்று தன்னைத் தானே சமாதானம் செய்து கொண்டார். பிரச்னை தெரிந்து விட்டது. அதற்குத் தீர்வு என்ன என்று யோசிப்பதுதான் விவேகம்.

ஆகவே, வீரம் கொஞ்சம் காத்திருக்கட்டும் என்கிற முடிவுக்கு வந் தார். உணர்வுகளைக் கொஞ்சம் ஒதுக்கி வைத்துவிட்டு அறிவுக்கு வேலை கொடுத்தார். மனத்தில் அருமையான திட்டம் ஒன்று உருவாயிற்று. வஞ்சகம்தான், ஆனால் வஞ்சகத்துக்கு வஞ்சகம் தவறில்லையே. தன் திட்டம் நிறைவேற வேண்டுமானால் முதலில் ஒளரங்கசீப்புக்கும் அவர் ஆட்களுக்கும் தன் மீது நம்பிக்கை பிறக்க வேண்டும் என்பதைப் புரிந்து கொண்டார். ஒளரங்கசீப்புடன் ஒத்துழைப்பதுபோல நடந்துகொள்ளத் தொடங்கினார். அதாவது தன் விற்பயிற்சி, வாட் பயிற்சி, இதர உடற்பயிற்சிகளைத் தொடர ஆரம்பித்தார். ஒரு படைத் தளபதியாகச் செயல்பட வேண்டியவன் செய்ய வேண்டிய பயிற்சிகள் எல்லாவற்றையும் மேற்கொள்ள ஆரம்பித்தார். காவலர்கள் அவர் மேல் வைத்திருந்த கழுகுக் கண்களைக் கொஞ்சம் தளர்த்தினார்கள்.

ஒளரங்கசீப் தர இருக்கும் வேலைக்குத் தன்னைத் தயார் செய்து கொள்வதாக எல்லாரையும் நம்ப வைத்தார். அப்படிச் செய்து

கொண்டே இருக்கும்போது ஒருநாள் உடல்நிலை சரியில்லாதது போலப் படுத்தார். நன்றாகச் சுறுசுறுப்பாக இருந்த சிவாஜி திடீரென்று சுகவீனம்போலப் படுத்ததும் யாருக்கும் சந்தேகம் வரவில்லை. அதில் ஏதும் சூது இருப்பதாக எள்ளளவும் யாருக்கும் தோன்றவில்லை. மாறாக இரக்கம்தான் உண்டாயிற்று.

தான் சீக்கிரம் குணமாக வேண்டும் என்று வேண்டிக் கொண் டுள்ளதாகவும் அதற்காக ஏழை பிராமணர்களுக்கு இனிப்பும், பழங்களும் இதர உணவுப் பொருள்களும் தானம் செய்ய விரும்புவதாகவும் சிவாஜி தெரிவித்தார். சிவாஜியின் ஆன்மிகச் சிந்தையும், தயாள குணமும், பிராமணர்கள் பால் அவர் வைத் திருந்த அன்பும் மரியாதையும் ஊரறிந்தது. ஆகவே சிவாஜியின் இந்த நடவடிக்கையும் எந்த சந்தேகத்தையும் கிளப்பவில்லை. அவர் சீக்கிரம் குணமானால் தன்னுடைய திட்டம் நிறைவேறும் என்கிற உந்துதலில் ஒளரங்கசீப்பும் அதற்கு ஒத்துழைத்தார். சிவாஜி தானம் செய்வதற்குக் கேட்கும் பொருள்கள் எது வானாலும் எவ்வளவு தேவையானாலும் கொடுக்கும்படி தன் ஆட்களுக்குக் கட்டளை இட்டார்.

சிவாஜிக்கு இந்தத் திட்டம் வருவதற்குக் காரணம் இருந்தது. அரண்மனைக்கு உணவுப் பொருள்களும் காய்கறிகளும் இதர சமையல் பொருள்களும் எவ்விதம் வருகிறது என்பதை சிவாஜி கவனித்துக் கொண்டிருந்தார். ஆளுயரக் கூடைகளை இரண்டு கழிகளில் தாங்கி, முன்னால் ஒருவர், பின்னால் ஒருவர் என்று எடுத்துப் போகும் வழக்கம் இருப்பதுதான் திட்டத்துக்கு உந்துதலே.

அதே போன்ற கூடைகளில் தான் தானமாக அனுப்ப நினைக்கும் பொருள்களையும் சுமந்து போய் ஊரில் ஏழை பிராமணர்களுக்கு வழங்க ஏற்பாடு செய்தார் சிவாஜி. தினந்தோறும் இதுபோன்ற கூடைகள் மணிக்கொருதரம் போனவாறு இருந்தன. ஆரம்பத் தில் காவலுக்கு இருந்த சேவகர்கள் ஒவ்வொரு கூடையையும் சோதனையிட்டு பிறகே வெளியே எடுத்துச் செல்ல அனுமதித் தார்கள். நான்கைந்து நாட்கள் ஆனதும் மெல்ல மெல்லச் சோதனை செய்வது குறைய ஆரம்பித்து ஒரு நிலையில் எந்தக் கெடுபிடியும் இன்றி நேராக அனுமதிக்க ஆரம்பித்தார்கள்.

இதற்காகத்தான் காத்திருந்தார் சிவாஜி!

ஒருநாள் தன்னுடைய பணியாள் ஒருவனுக்கு தனது ஆடைகளை அணிவித்து போர்வையைப் போர்த்தி படுக்கையில் படுக்க வைத்தார். தான் தப்பியது தெரிய வரும்போது அவனைக் கொன்றாலும் கொன்று விடுவார்கள் என்பது தெரியும் அவருக்கு. அதை அவனிடம் சொல்லவும் செய்தார். ஆனால் அவன் அதற்கெல்லாம் கவலையேபடவில்லை. மராட்டிய சாம்ராஜ்யத்தின் இழந்த கௌரவமும், மானமும் திரும்பக் கிடைத்து அவர்கள் புகழ் ஓங்குவதற்காக உயிரைக் கொடுக்க அவன் தயங்கவில்லை. சிவாஜியிடம் இது போன்ற விசுவாசத் துடன் ஆயிரக் கணக்கில் பணியாளர்கள் இருந்தனர்.

சிவாஜி ஒரு ஏழை பிராமணன்போல மாறுவேடம் அணிந்தார். மகனுக்கும் பிராமணச் சிறுவன்போல வேடம் போட்டு விட்டார். வரிசையாக வெளியே போகும் கூடைகளில் ஒன்றில் தானும் இன்னொன்றில் மகனுமாக ஒளிந்து கொண்டார்கள். கூட்டமாகக் காத்திருந்த மக்கள் மத்தியில் கூடைகள் இறக்கப் பட்டபோது அதிலிருந்து மின்னல் வேகத்தில் வெளியேறி கூட்டத்தில் இரண்டறக் கலந்தார்கள் சிவாஜியும் அவர் மகனும். மாறுவேடத்தில் இருந்ததால் ஒருவருமே அவர்களை அடையாளம் கண்டுகொள்ளவில்லை. மிக எளிதாக ஆக்ராவின் எல்லையைக் கடந்து விட்டார்கள்.

இதற்குப் பிறகு அவர் செய்த செயல்தான் சிவாஜியின் சமயோசிதத்தையும் அவருடைய திட்டமிடும் நேர்த்தியையும் வியக்க வைக்கிறது. முதல் சில மணி நேரங்கள் ஆபத்தில் லாதவை. யாரும் சிவாஜியைத் தேடியிருக்க மாட்டார்கள், அடையாளமும் கண்டுகொண்டிருக்க முடியாது. ஆகவே பிராமணர் வேடத்தில் இருப்பது போதுமானது. ஆனால் தப்பியது கண்டுபிடிக்கப்பட்டதும் கூடை தூக்கிச் சென்றவர்கள் ஒரு பிராமணரும் அவர் மகனும் தப்பிப் போனதாகத் தெரிவித் திருக்கக் கூடும். தேடுவதற்கு வருகிறவர்கள் ஒரு பிராமணரையும் அவரது மகனையும் மனத்தில் வைத்து வருவார்கள். நெடுநேரம் அதே வேடத்தில் இருந்தால் எளிதில் கண்டுபிடித்து விடு வார்கள். ஆகவே எல்லை அருகே வந்ததும் தலையை மொட்டை அடித்துக் கொண்டு, முகத்தையும் ஷவரம் செய்து கொண்டு சாம்பலையும் பூசிக் கொண்டாராம். பார்ப்பதற்கு நெடுந்தூரத்திலிருந்து வரும் வழிப் போக்கன்போலத் தெரிந்தாராம்.

சிவாஜி ஏற்கெனவே தன் ஆட்கள் மூலம் ரிலே ரேஸ் போல ஆள் மாற்றி ஆள் மாற்றி பூனாவுக்கு தான் தப்புவது குறித்தான செய்தியை அனுப்பியிருந்தார். ஆக்ராவின் எல்லை தாண்டி சில மைல்கள் தள்ளி குறிப்பிட்ட இடத்தில் குதிரையும், ஆயுதங் களும், உணவும் தயாராக இருந்தன. ஏறிக்கொண்டு புறப்பட் டார். இந்த இடத்தில் மீண்டும் ஒரு பாதுகாப்பு நடவடிக்கை. நேர் சாலையில் செல்வதற்குப் பதிலாக சுற்று வழியானாலும் காடுகள், மலைகள், ஆறுகளைக் கடக்க வேண்டிய கரடு முரடான வழியில் பயணம் செய்து பூனாவை அடைந்தார். பொதுவாகத் தப்பி ஓடுகிற யாரும் சுற்று வழியில் போக மாட் டார்கள், சுருக்கு வழியில்தான் போவார்கள். இந்தப் பொதுவான வழக்கத்துக்குப் புறம்பாக நடப்பதும் தேடி வருகிறவர்களைத் தாமதப்படுத்தும் என்பதால் அந்த யுக்தியைக் கையாண்டார்.

ஏறக்குறைய ஆறேழு மாதங்கள் ஆகியிருந்ததால் சிவாஜி மரணமடைந்து விட்டதாகவே நினைத்திருந்தார் அவரது தாயார். இப்படி திடுதிப்பென்று அவர் வந்து நின்றது அந்தத் தாயை ஆனந்தக் கடலில் குளிப்பாட்டியது.

இழந்த கோட்டைகளை ஒவ்வொன்றாகத் திரும்பவும் கைப்பற்றி னார் சிவாஜி. பரந்த மராட்டிய சாம்ராஜ்யம் மீண்டும் உருவாயிற்று. இதற்குப் பிறகுதான் சிவாஜிக்கு சத்ரபதி என்கிற பட்டமே (1674) சூட்டப்பட்டது. இந்த நிகழ்வுக்குப் பிறகு சிவாஜி உயிருடன் இருந்தவரை அவரை ஒளரங்கசீப்பால் அசைக்கக்கூட முடிய வில்லை. யானைக்கு ஒருதரம்தான் அடி சறுக்கும். திரும்பத் திரும்பச் சறுக்கினால் அது நொண்டிக் குதிரை!

நீதி, நிர்வாகம், ராணுவம், ராஜ்ஜியம்!

சரித்திரத்தில் இடம் பெற்று இத்தனைக் காலம் பேசப்பட வேண்டுமானால் சிவாஜி யின் ஆட்சியமைப்பில் கட்டாயம் குறிப்பிடத் தகுந்த அம்சங்கள் இருந்திருக்க வேண்டும். நம் ஊரில் மனுநீதிச் சோழனும், குட ஓலை முறையும், சங்கம் வைத்த பாண்டியர்களும் பேசப்படுவதுபோல மகாராஷ்ட்ராவில் இன்றைக்கும் சிவாஜி ஹீரோ.

கர்நாடகாவிலும் சரி, மகாராஷ்ட்ராவிலும் சரி ஏகப்பட்ட சிவாஜி நகர்கள், சிவாஜி பார்க்குகள், லாரி சர்வீஸ்கள் இத்யாதி. இன்றள வும் இப்படிப் பேசப்படுவதற்கு முகலாயர் களை விரட்டியடிக்க முயன்றது நீங்கலாக வேறு காரணங்கள் இருக்கின்றனவா என்பது ஆட்சியின் விசேஷமான அம்சங்களைக் கொஞ்சம் அலசிப் பார்த்தால் விளங்கும்.

சிவாஜியின் மாபெரும் வெற்றிகளுக்குப் பின்னால் அவரது வலிமையையும் வீரத்தை யும் காட்டிலும் சாதுர்யம்தான் அதிகம்

8

துணை நின்றது. ஏறக்குறைய அவர் பெற்ற ஒவ்வொரு வெற்றியுமே தன்னுடையதைக் காட்டிலும் பெரிய ராணுவத்தை எதிர்த்து நின்று பெற்ற வெற்றிகளே. இது அவரது முதல் சிறப்பு. வேறெந்த அரசனும் இப்படி ஒரு வரலாறை அதற்கு முன்னரும் சரி, பின்னரும் சரி. உருவாக்கியதில்லை என்பதை உறுதிபடச் சொல்லலாம். சிவாஜியின் இந்த அதீத வலிமையை ஒளரங்க சீப்பே வியந்திருப்பதை சரித்திர ஆசிரியர்கள் சுட்டிக் காட்டி யிருக்கிறார்கள். பத்தொன்பது ஆண்டுக் காலம் என் ராணுவத்தினர் சிவாஜியின் பின்னாலேயே இருந்திருக்கின்றனர். ஆனாலும் சிவாஜி வளர்ந்து கொண்டே போனாரே ஒழிய அவரை ஒடுக்கவோ, வலிமையைக் குறைக்கவோ இயலவில்லை என்பது நிஜம்தான் என்று ஒளரங்கசீப் சொல்லியிருக்கிறாராம்.

இது எப்படிச் சாத்தியமாகி இருக்கும்?

வலிமை, போர்ப் பயிற்சி, நவீன ஆயுதங்கள் இவைகளுக்கு அப்பாற்பட்ட நுட்பங்கள் சிவாஜியின் போர் முறையில் இருந்தன. சிவாஜி எங்கே போரிடச் சென்றாலும் அந்த இடத்தின் பூகோளத்தை முதலில் கசடறத் தெரிந்து கொண்டு விடுவார். அவர் கட்டுப்பாட்டில் இருந்த பகுதிகளின் பூகோளம் அவருக்கு தலைகீழ்ப் பாடம். எதிரிப் படைகளுக்கு ஆயுதங்கள், வைத்திய உதவி, உணவுப் பொருள்கள், தண்ணீர் முதலானவை போகும் பாதைகளை அடையாளம் கண்டு கொண்டு அங்கே தன்னுடைய ஆட்களைக் காவலில் நிறுத்தி விடுவார். இவை அனைத்தையும் ஒவ்வொன்றாக நிறுத்த நிறுத்த எதிரியின் பலம் குறைந்து கொண்டே வரும். இறுதியில் அவர்களை ஜெயிப்பது எளிதாகி விடும். இன்றைக்கும் தீவிரவாதிகளுக்கு வரும் ஆயுத சப்ளை, உதவிகள், உணவுப் பொருள்கள் இவைகளை நிறுத்தித்தான் நாடுகள் தங்கள் தீவிரவாத சக்திகளைக் கட்டுப்பாட்டில் வைக்கின்றன.

இன்னொரு நுட்பத்தையும் சிவாஜி கையாண்டார்.

போர்முனையில் நேருக்கு நேராக நின்று சம்பிரதாய யுத்தம் செய்வதில்லை. எதிரி நாட்டின் முக்கிய பகுதிகளுக்கு மின்னல் வேகத்தில் சென்று அங்கே தாக்குதல் நடத்த வேண்டியது. அங்கே எதிரி நாட்டடவர் வருவதற்குள் அடுத்த இடத்துக்குச் சென்று தாக்குதல் செய்ய வேண்டியது. இப்படித் தொடர்ச்சியாக

அவர்களைத் தன்னைத் துரத்துவதிலேயே வைத்துக் களைப் படையச் செய்வது. இந்த நுட்பங்கள் மாலிக் ஆம்பர் கண்டு பிடித்தவை என்றாலும், அவைகளை இன்னும் விரிவுபடுத்தி சாதுர்யமாகச் செய்தார் சிவாஜி.

அஃப்ஸல் கான் சிவாஜிக்கு எதிராக இதே யுக்தியைக் கையாண்டது குறிப்பிடத்தக்கது.

ஒரு தனி மனிதராக இப்படி சிவாஜிக்கு நிறைய சாதுர்யங்களும் சிறப்புக்களும் உண்டு. அவருடைய நிர்வாக அமைப்பு குறித்தும் நிறைய சரித்திர ஆசிரியர்கள் எழுதியிருக்கிறார்கள். அதைக் கொஞ்சம் பார்க்கலாம்.

அமைச்சரவை: சிவாஜியின் அமைச்சரவை எட்டு அமைச்சர் களைக் கொண்டு அஷ்டப் பிரதான் என்று அழைக்கப்பட்டது. உடனே ஆஹா சிவாஜியின் மந்திரிசபைதான் இன்றைய அமைச்சர வைக்கு வழிகாட்டியாக்கும் என்று நினைக்க வேண்டாம். சிவாஜி ஏறக்குறைய ஒரு சர்வாதிகாரி. ஆகவே அமைச்சர்கள் யாருக்கும் தன்னிச்சையாகச் செயல்படும் சுதந்திரம் கிடையாது. அவர்களின் வேலை ஆலோசனை சொல்வதுடன் சரி.

1) பேஷ்வா என்று அழைக்கப்பட்ட பிரதம அமைச்சர் மக்களின் நல்வாழ்வு மற்றும் பொதுப்படையான தேவைகளை கவனித்துக் கொள்பவர். எப்போதும் மக்களுடன் நேரடித் தொடர்பில் இருப்பதால் பிரதம அமைச்சராகக் கருதப் படுபவர்.

   பேஷ்வா என்கிற பதவி சிவாஜியின் தந்தை ஷஹாஜி ராஜே காலத்திலேயே உருவாக்கப்பட்டது. மராட்டிய சாம்ராஜ்யத் தின் முதல் பேஷ்வா 1640ம் ஆண்டு ஷஹாஜி நியமித்த ஸோன்பந்த் தபீர் என்பவராவார். இவரே சிவாஜியின் அமைச்சரவை உருவாக்கப்படுவதற்கு ஆலோசனை சொல்வ தற்கு ஷஹாஜியால் அனுப்பி வைக்கப்பட்டவர்.

   பின்னர் மோரோபந்த் டிரிம்பக் பிங்களே என்பவர் சிவாஜி யால் 1657ம் ஆண்டு பேஷ்வாவாக நியமிக்கப்பட்டார்.

2) அமத்யா எனப்பட்டவர் நிதி அமைச்சர். மாவட்ட அளவிலான நிர்வாகிகளின் வரவு செலவுக் கணக்குகளைச் சோதனையிட்டு அங்கீகரிக்க வேண்டியவர். நிதியமைச்சர் என்று பெயர் இருந்தாலும் அடிப்படையில் ஆடிட்டர்

வேலைதான். ராமச்சந்திரபந்த் அமத்யா என்பவர் சிவாஜியின் அமைச்சரவையில் இருந்த, இன்றளவும் மிகவும் பேசப்படுகிற நிதியமைச்சர். சிவாஜியின் ஆட்சியில் ஏராளமான சீர்திருத்தங் களைக் கொண்டு வந்தவர்.

3) மந்த்ரி அல்லது வாகியா நாவிஸ் எனப்பட்டவர் ஒரு அந்தரங்கக் காரியதரிசிபோல. அன்றாட நிகழ்வுகளையும் அரசவையில் நடந்தவைகளையும் ஒரு பதிவேட்டில் பதிவு செய்து வைப்பது இவரது வேலை.

4) சுமந்த் அல்லது தபீர் எனப்பட்டவர் வெளியுறவுச் செயலர். வெளிநாடுகள் தொடர்பான விஷயங்கள் எல்லாவற்றிலும் ஆலோசனைகள் சொல்பவர். முக்கியமாக போர் செய்யலாமா சமாதானமாகப் போக வேண்டுமா என்கிற ஆலோசனை. வெளி நாட்டு தூதுவர்களுடன் தொடர்ச்சியான பேச்சு வார்த்தை களும் சுமுகமான உறவும் வைத்திருப்பது இவர் வேலை.

5) சச்சிவ் அல்லது ஷுரு நாவிஸ் என்பவர் அலுவலகச் செயலாளர். அரசரின் கடிதங்களை முறையாக இருக்கிறதா என்று சோதித்து சேர்ப்பிக்க வேண்டியவர்களுக்குச் சேர்ப்பித்தல். கடிதத்தைத் திருத்தியமைக்கும் அதிகாரமும் இவருக்குத் தரப்பட்டிருந்தது. இந்த விசேஷ அதிகாரத்தை முன் வைத்துத் தான் சிவாஜி எழுதியதாகச் சொல்லப்படும் கடிதங்கள் அவர் எழுதியவை அல்ல. சிவாஜி சொல்லக் கேட்டு இந்த அமைச்சர் எழுதியவை என்பதாக ஒரு கருத்தும், சிவாஜிக்கு எழுதப் படிக்க வராது என்பதான கருத்தும் நிலவுகின்றன.

6) பண்டிட் ராவ் அல்லது தனத்யாக்ஷா எனப்பட்டவர் ராஜகுரு போல. மத சம்பந்தமான சடங்குகளுக்கு தேதி குறிப்பது அரசர் பிராமணர்களுக்குத் தரும் தானங்களை சரியாக பகிர்ந் தளிப்பது. சட்டங்கள் இயற்றுவது, ஒழுக்க விதிகளை நிர்ண யிப்பது, குற்றங்களுக்கான தண்டனைகளைத் தீர்மானிப்பது இவையெல்லாம் இவரது பணிகள்.

7) நியாயதிஷ் என்பவர் தலைமை நீதிபதி.

8) சேனாபதி என்பவர் ராணுவத்தின் தலைவர். புதியவர்களை வேலைக்குச் சேர்ப்பது, பயிற்சி அளிப்பது, ராணுவத்தின் ஒருங்கிணைப்பு, போர்முனையில் பொறுப்பைப் பிரித்துத் தந்து யார் எந்த வேலையை எவ்விதம் செய்ய வேண்டும் என்று உத்திரவுகள் வழங்குபவர்.

மேற்சொன்ன எட்டு பிரிவுகள் நமக்குச் சொல்வது அரசியல் அமைப்பில் இருந்த தெளிவை. ஒரு நிறுவனத்தின் பணியாளர் அமைப்பு சரியாக இருக்க வேண்டுமானால் Define responsibilities clearly என்பார்கள். ஒருவரின் பொறுப்பு இன்னொருவரின் வேலையில் மூக்கை நீட்டுவதாக இருக்கக் கூடாது என்பார்கள். இவை இரண்டும் மிகச் சிறப்பாகச் செய்யப் பட்டிருந்ததை உணர முடிகிறது. மேலும், விரோதிகள் சித்தரிப் பதைப்போல சிவாஜி வெறும் ஒரு புரட்சிக்காரரோ, கொள்ளைக் காரரோ அல்ல என்பதும் தெளிவாகிறது. சிவாஜியின் அரசாட்சி யில் மிக நேர்த்தியான, திட்டமிட்ட நிர்வாகம் இருந்தது தெளிவாகிறது.

உள்ளாட்சி அமைப்பு: நேரடியாக நாடு முழுக்க நிர்வாகம் செய்யாமல் வேலைகள் விரைந்து நடக்கவும், தொலைநோக்குத் திட்டங்களை அன்றாடத் தேவைகளுடன் இணைக்காமல் இருக்கவும் நான்கு உள்ளாட்சிப் பகுதிகளாகப் பிரித்திருந்தார். ஒவ்வொன்றுக்கும் ஒரு வைஸ்ராய் இருந்தார். இந்த நிர்வாக அமைப்பு முகலாயர்களிடமும் இருந்தது என்பது குறிப்பிடத் தகுந்தது. ஊதியத்தை ஜாகிராகத் தரும் வழக்கத்தை சிவாஜி ஒழித்தார். (தான் பெற்ற இன்பம் பெறாதிருக்க இவ்வையகம்! தாங்கள் தக்கவைத்துக் கொண்டது போல மற்றவர்களும் ஜாகிராக வழங்கப்பட்ட பகுதிகளை தக்க வைத்துக் கொண்டு விடுவார்களோ என்கிற அச்சம் இருந்திருக்கக் கூடும்) அதற்குப் பதில் ஊதியம் பணமாகவே வழங்கப்பட்டது.

இந்த நான்கு உள்ளாட்சி அமைப்புக்களும்கூட ஒவ்வொன்றும் சில பிராந்தியங்களாகப் பிரிக்கப்பட்டிருந்தன. வரி வசூல் செய்கிறவர்கள் வசூல் செய்வதுடன் சரி. ஜாகிர்தார்கள்போல நிர்வாக அதிகாரம் எதுவும் கிடையாது. மேலும் இந்த வேலைகள் எதுவும் அவர்கள் காலத்துக்குப் பிறகு வாரிசுகளுக்குப் போகாது.

ராணுவம்: தற்காப்புக் கலைகள், போர் முறைகள், விற்பயிற்சி, வாள்பயிற்சி என்று எதுவாக இருந்தாலும் சிவாஜி அதில் விற்பன்னர். ஆகவே ராணுவத்தை அவர் கட்டுக் கோப்பாக வைத்திருந்ததில் வியப்பில்லை. சிவாஜியின் நிர்வாகத்தில் ராணுவம் தொடர்பான ஒரு சிறப்பான அம்சம் இருந்தது. கிராமப் புற மக்களை ஆறு மாத காலம் ராணுவச் சேவையில் ஈடுபடுத்தினார். இது கட்டாய ராணுவச் சேவையாக இல்லாமல் ஒரு வாழ்க்கைப் பயிற்சியாகக் கைகொள்ளப்பட்டது. மக்களின்

தேசப் பற்று வளர்ந்தது மட்டுமில்லை. கடின உழைப்பையும், கஷ்டங்களை எதிர்த்துப் போராடும் பக்குவத்தையும் மக்கள் இதனால் பெற்றார்கள்.

வருடத்தில் செழிப்பான பாதியை விவசாயத்திலும், மீதிக் காலத்தில் ராணுவத்திலும் கழிப்பது என்பதுதான் மராட்டியர் களின் வழக்கமாக இருந்தது. இதற்குக் காரணங்கள் பல. முதலாவது, பயிர்த் தொழில் இல்லாத போது பிழைப்புக்கு வழி செய்யும் வேலையாகத்தான் ராணுவ சேவையை அவர்கள் நினைத்தார்கள். அடுத்தது, மழைகாலத்திலும், குளிர் காலத் திலும் ராணுவத்தில் தங்கும் வசதிகள் சரியாக இல்லை என்பது. சரியாகச் சொல்வதானால் இந்தக் காலக் கட்டத்தில் எந்த அரசனும் போரில் ஈடுபடுவதுகூடக் கிடையாது என்பதே வழக்க மாக இருந்தது.

நாட்டின் பாதுகாப்பை உறுதி செய்யும் பணி ஆலைக் கரும்புப் பயிர்த் தொழில்போல பருவ கால வேலையாக எப்படி இருக்க முடியும்? அது வீரர்களின் பயிற்சியையும், தயார்நிலையையும் பாதிக்கக் கூடியது ஆயிற்றே? ராணுவப் பணியில் இருப்பவர்கள் ஆண்டு முழுதும் பணியில் இருக்குமாறு சட்டத்தை மாற்றினார் சிவாஜி. மழைக் காலத்திலும் ராணுவப் பணியாளர்களை அரசாங்க குவாட்டர்ஸ்களில் தங்க வைத்து, வேலை நடைபெறாவிட் டாலும், அந்தக் காலத்துக்கும் சம்பளம் தருவதற்கு ஏற்பாடு செய்தார்.

ராணுவத்தின் கட்டமைப்பும் மிக நேர்த்தியாக இருந்தது.

ராணுவத்தின் நேர்த்திக்கு ஒரு சான்று வேண்டுமென்றால், ஸ்பெயின் நாட்டு சரித்திர ஆராய்ச்சியாளர்கள் கூறியிருக்கும் கருத்தைச் சொல்லலாம். சிவாஜியிடம் மூன்று உடைவாள்கள் இருந்தன. அவை பவானி, ஜகதாம்பா, துல்ஜா என்று பெயரிடப் பட்டிருந்தன. இவற்றில் பவானி என்று அழைக்கப்படும் வாள் ஸ்பெயின் தேசத்து டொலேடோவின் தொழிற்நுட்பாளர்களால் செய்யப்பட்டது என்பதை உறுதி செய்கிறார்கள் அவர்கள்.

ராணுவத்துக்கான ஆயுதங்களை வெளிநாடுகளிலிருந்து தருவிக்கும் வழக்கம் சிவாஜிக்கு இருந்திருக்கிறது. இந்த பவானி வாள் இப்போது சிவாஜியின் வம்சத்தில் வந்த, தற்போது சத்தாராவில் இருக்கும் உதயராஜே போஸலேயிடம் இருப்பதாகச்

சொல்லப்படுகிறது. இந்தத் தகவல்களைச் சொல்லியிருப்பவர் சிவாஜி குறித்து ஆராய்ச்சி நடத்திய பாபாசாஹேப் புரந்தரெ.

இதே பவானி வாள் குறித்து வேறொரு கருத்தும் உண்டு. துல்ஜாவில் எழுந்தருளியிருக்கும் சிவாஜியின் குலதெய்வமான பவானி தேவி இதை அவருக்கு வழங்கியதாகச் சொல்பவர்கள் உண்டு. இதற்கு நிச்சயமாக யாரும் ஆதாரம் சமர்ப்பிக்க முடியாது. ஆனால் வாளில் ஸ்பெயின் தேசத்து தொழிற்நுட்பம் இருப்பதை உறுதி செய்திருக்கிறார்கள். ஸ்பெயின் தேசத்து எஃகுத் தகடுகள் இன்றும் மிகப் புகழ் வாய்ந்தவை. இந்தியாவின் பல தொழில் நிறுவனங்கள் அங்கிருந்து தகடுகளை இறக்குமதி செய்கின்றன.

இருபத்தைந்து சிப்பாய்களுக்கு ஒரு ஹவில்தார், ஐந்து ஹவில்தார்களுக்கு ஒரு ஜஂம்லாதார், பத்து ஜஂம்லாதார்களுக்கு ஒரு ஹஸாரி என்பது சிவாஜி ராணுவத்தின் அமைப்பு. சற்றேறக் குறைய ஆயிரம் பேருக்கு அதிகாரியாக இருக்கிறவனுக்கு ஹஸாரி என்று பெயர். பாஞ்ச் ஹஸாரி என்பதும் சாரி நௌபட் என்பதும் கமாண்டிங் ஆஂபீஸர்கள். ஒவ்வொரு இருபத்தைந்து பேர்களுக்கும் குடிநீர் சுமந்து செல்ல ஒரு ஆளும், குதிரை களுக்கு லாடம் கட்டும் ஆளும் இருந்தார்கள்.

ராணுவத்தில் இந்துக்களும் முஸ்லிம்களும் பணிக்கு எடுக்கப் பட்டார்கள். அவர்கள் நடத்தப்பட்ட விதத்திலோ ஊதியத்திலோ பாகுபாடு கிடையாது. (இந்து ராஷ்ட்ரம் என்பது முஸ்லிம்களை ஒழிப்பதல்ல, இந்துக்களுக்கு மத உரிமையைத் தரும் அரசாங்கமே.) சிப்பாய்களுக்கு ஊதியம் பணமாக வழங்கப் பட்டது. (பண்டமாகத் தரும் வழக்கம் அந்தக் காலத்தில் இருந்தது என்பது இதிலிருந்து தெரிகிறது). வீரத்தில் சிறந்த சிப்பாய்களுக்கு பதவி உயர்வும் பாராட்டும் தவறாமல் கிடைத்தது. இதன் காரணமாக நாட்டின் பல பகுதிகளிலிருந்து ராணு சேவைக்கு வருவதற்கு மக்கள் துடிப்பாக இருந்தார்கள்.

கோட்டைகள் ராணுவக் கட்டமைப்பின் முக்கிய அம்சமாக இருந்தன. கோட்டைகளின் காவல் கோபுரங்களில் நிற்கும் சிப்பாய்கள் மிகுந்த கவனத்துடன் தேர்ந்தெடுக்கப்பட்டார்கள். கோட்டைகளின் உறுதியும், நம்பகத் தன்மையும், விழிப்பும், தயார்நிலையும்தான் ஒரு அரசாங்கத்தின் வலிமையே. இதைப் பேணுவதற்காக ஒவ்வொரு கோட்டையையும் ஒரே நிலையில்

இருக்கும் மூன்று வெவ்வேறு அதிகாரிகளின் பொறுப்பில் விட்டிருந்தார்கள். இங்கேயும் சிவாஜியின் ஒரு விசேஷ குணம் தெரிகிறது. ஒரு மனிதன் தன் தவறுகளிலும் பாடம் கற்க வேண்டும், மற்றவர்கள் தவறுகளிலிருந்தும் பாடம் கற்க வேண்டும். சிவாஜி பிடித்த முதல் கோட்டை அந்தக் கோட்டையின் பொறுப்பில் இருந்தவருக்கு லஞ்சம் கொடுத்துத் தான் என்றொரு கருத்து இருக்கிறது என்பதை முதலிலேயே பார்த்தோம். அதே தவறு தன் ராஜ்யத்தில் நடக்காமல் இருக்க ஒன்றுக்கு மூன்று அதிகாரிகள்!

சிவாஜியின் அரசாங்கத்தில் கடற்படையும் இருந்தது. கொலாபா துறைமுகத்தில் அதன் நிர்வாக அமைப்பு இருந்தது. கடற்படை இரண்டு காரணங்களுக்காக அமைக்கப்பட்டது. முதலாவது அபிசீனியாவிலிருந்து வரும் கடற்கொள்ளைக்காரர்களைத் தடுக்க. அடுத்தது இங்கிருந்து கொள்ளையடித்த செல்வங்களை தங்கள் நாடுகளுக்கு அனுப்பும் முகலாயக் கப்பல்களைத் துரத்திப் பிடிக்க. இன்னொரு முக்கிய நோக்கமும் இருந்தது கடற்படைக்கு. முகலாயர்களும் சுல்தான்களும் ஐரோப்பா விலிருந்து ஆயுதங்களும், அரேபியாவிலிருந்து குதிரைகளும் இறக்குமதி செய்தார்கள். இந்த நடவடிக்கைகள் ஒட்டுமொத்த மாகத் தடுக்கப்பட்டது. அவர்கள் மகா சக்தியாக வளர்வது ஒடுக்கப்பட்டது. சில சமயம் அவர்கள் தருவித்த ஆயுதங்களும் குதிரைகளும் சிவாஜியின் ராணுவத்திற்குப் பயன்பட்டன!

சிவாஜியின் கடற்படை எத்தகைய வலிமை வாய்ந்ததாக இருந்தது என்பதற்கு ஒரு சான்று உண்டு. போர்த்துகீசியர்கள் தங்கள் கப்பல்களும் அவைகளில் ஏற்ற அனுப்பப்படும் பொருள் களும் பத்திரமாகப் போய்ச் சேர வேண்டும் என்பதற்காக சிவாஜியுடன் ஒப்பந்தம் செய்துகொண்டார்கள். அதன்படி அவர்களின் கப்பல்கள் ஆபத்தின்றி அனுப்பப்பட்டால் ஆண்டு தோறும் சிவாஜிக்கு ராணுவ தளவாடங்கள், ஆயுதங்கள் சப்ளை செய்வதாக உடன்படிக்கை. இந்த ஒப்பந்தம் ஆண்டு தோறும் புதுப்பிக்கப்பட்டது.

ராணுவத்தில் ஒழுக்கத்தை உறுதியாகக் கடைப்பிடிக்க வேண்டும் என்பதில் சிவாஜி உறுதியாக இருந்தார். ராணுவ ஊழியர்கள் எவ்வளவு தூரம் போய் எத்தனைக் காலம் இருந்தாலும் பெண்கள் அவர்களுடன் பயணம் செய்ய அனுமதிக்கப்பட வில்லை. மழைக் காலத்தில் ராணுவ வீரர்கள் தத்தம்

முகாம்களுக்குத் திரும்பி விடலாம். அவர்களுக்கும், குதிரைகள், யானைகள் ஆகியவற்றுக்கும் தேவையான உணவுப் பொருள்கள் சேமிப்பில் வைக்கப்படும். மழைக்காலம் முடிந்ததிலிருந்து எட்டு மாதங்களுக்கு அவர்கள் நாட்டின் பல்வேறு பகுதிகளில் அவரவர்க்கு ஒதுக்கப்பட்ட இடங்களுக்கு பணிக்குச் சென்று விட வேண்டும்.

ராணுவ வீரர்கள் கேளிக்கைக்குக்கூட பெண்களைப் பயன் படுத்தக்கூடாது. பெண்ணடிமைகள், நாட்டியப் பெண்கள் இப்படி எந்த விதத்திலும் பெண்களுக்கு அனுமதி இல்லை. போர் செய்யும்போதுகூட எதிரி நாட்டுப் பெண்கள் மற்றும் குழந்தைகளைத் தொல்லைப்படுத்தக்கூடாது. அவர்களை விட்டுவிட வேண்டும். பெண்கள், குழந்தைகள், பிராமணர்கள் இவர்களைப் பிணைக் கைதியாகப் பிடித்தல் கூடாது.

முகலாய அரசின் ராய் பாகின் என்கிற பெண் தளபதி சிவாஜியின் படைகளை எதிர்த்துப் போராடி தோற்றுப் போனார். கைது செய்யப்பட்டு தலைநகருக்கு அழைத்து வரப்பட்டார். ஆனால், அவர் மீது ஒரு ஆணின் நகம் கூடப் படாமல் கௌரவமான முறையில் வைத்திருக்கப்பட்டு பின்னர் விடுதலை செய்யப்பட்டு அனுப்பி வைக்கப்பட்டார்.

நிதித் துறை: அந்தக் காலக் கட்டத்தில் தொழிற்சாலைகள், ஏற்றுமதி என்றெல்லாம் ஏதும் கிடையாது. அரசாங்கத்தின் வருமானமே விவசாயத்தில்தான். ஆகவே நிலங்களின் குத்தகைத் தொகையும், சாகுபடியின் ஒரு பகுதியுமே நாட்டின் வருமானத் தைத் தீர்மானித்தது. நில வரி முறையில் சிவாஜி புரட்சியை உண்டாக்கினார் என்று சொன்னால் மிகையாகாது. அந்தக் காலத்தில் ஜமீந்தார் முறை வரி வசூல்தான் பிரபலமாக இருந்தது. நிலங்களுக்கு குத்தகைதாரர்போல ஜமீந்தார்கள் இருப் பார்கள். வரி வசூல் முறையையும், அளவையும் அவர்களே தீர்மானிப்பார்கள். சிவாஜி இந்த முறையை ஒழித்து நேரடியாக அரசாங்கமே விவசாயிகளிடம் வசூல் செய்யும் உழவன் முறையைக் (Ryotwari System) கொண்டு வந்தார். பிரிட்டிஷ் ஆட்சிக் காலத்தில் பிரபலமடைந்த இந்த முறை சிவாஜி அறிமுகம் செய்வித்ததே. விவசாயம் பெருக வேண்டியதன் அவசியத்தை உணர்ந்ததால் விவசாயிகளுக்கு இருந்த வரியை சிவாஜி ஒழித்தார். அரசாங்கம் விவசாயத்தை ஊக்குவித்தது. பஞ்ச காலத்தில் விவசாயிகளுக்கு அரசாங்கம் தானியத்தை

வழங்கி மெல்ல மெல்லத் தவணை முறையில் திரும்பப் பெற்றுக் கொண்டது.

மருத்துவர்கள் பெரிதும் மதிக்கப்பட்டார்கள். அவர்களுக்கு ஓய்வூதியம் வழங்கப்பட்டது. மருத்துவர்களுக்குத் தரப்பட்ட நிலங்கள் குறித்து நிதியமைச்சகம் ஆட்சேபம் ஏதும் தெரிவிக்க வில்லை. இதே வழக்கம் முகலாய அரசுகளிலும் இருந்தது என்பது குறிப்பிடத் தக்கது.

சிவாஜியின் செளத் மற்றும் சர்தேஷ்முக்கி வரிகள் பற்றி முன்னமே பேசினோம். செளத் என்பது கொஞ்சம் பெரிய லெவலில் சொன்னால் பிரிட்டனின் புரடக்ட்ரேட் கட்டணம் போல. அதையே கொஞ்சம் பேட்டை மொழியில் சொன்னால் தாதாக்களுக்குத் தரும் மாமூல் போல. நானும் அடிக்க மாட்டேன், நான் இருக்கிற வரை வேறே ஒருத்தன் உன்னை அடிக்கவும் விட மாட்டேன். எனக்கு உண்டான மாமூலைக் குடுத்துடு என்பது போல!

சிவாஜியின் அரசாங்கம் வேதம் படித்தவர்கள், மதத் தலைவர்கள், துறவிகளுக்கு நிலப்பட்டா வழங்கியது. இந்து மதத்தின் பாலும், மதப் பெரியவர்கள் மேலும் மிகுந்த ஈடுபாடு கொண்டிருந்த சிவாஜி இத்தகைய நடவடிக்கை எடுத்ததில் வியப்பில்லை. ஆனால் சிவாஜியின் நிதியமைச்சர் ராமச்சந்திர பந்த் அமத்யா இதனை ஆட்சேபித்தார். அரசாங்க வருமானத்தின் ஆதாரமாகத் திகழும் நிலங்களைத் தானமாகக் கொடுக்கக் கூடாது என்றார் அவர். இதிலிருக்கும் நியாயத்தை ஏற்று அதைப் பணமாக மாற்றினார் சிவாஜி.

விவசாயம் தவிர்த்து இதர வருமான வகைகளாக சுங்கவரி, நுழைவு வரி, நீதித் துறைக் கட்டணங்களும், அபராதங்களும், காடுகளிலிருந்து வரும் வருவாய், மீன் பிடிப்பு, சுரங்கங்கள், செளத், சர்தேஷ்முகி இவைகள் சொல்லப்பட்டிருக்கின்றன. இன்னொரு சுவாரஸ்யமான விஷயம், எதிரி நாட்டில் கொள்ளை யடிக்கப்படும் பணமும், கடற் கொள்ளைக்காரர்களிடமிருந்து கைப்பற்றப்படும் செல்வங்களும் அரசு வருவாயில் காட்டப் பட்டிருக்கிறது!

சொந்தச் செலவுகளுக்கு அரசாங்கப் பணத்தை அவர் உபயோ கித்தது இல்லையாம். சத்ரபதி பட்டம் சூட்டும் விழாவில்

மொத்தச் செலவையும் தன் சொந்தப் பணத்திலிருந்தே செய்திருக் கிறார் சிவாஜி.

சிவாஜியின் நிர்வாகத்தில் இருந்த குறைகளாக சரித்திர ஆசிரியர்கள் சொல்பவை கொஞ்சம் சுவாரஸ்யமானவை. அவை களைப் படிக்கிறபோது சிவாஜிக்கு தெளிவான கொள்கைகள் எதுவும் இல்லையோ என்று தோன்றுகின்றன. முக்கியமாக சிவாஜி குறித்துப் பேசப்படும் இந்து ராஷ்ட்ரம் கொள்கையும், முகலாய எதிர்ப்புக் கொள்கையும்.

சிவாஜி தன்னைச் சுற்றி இருந்த தக்கண சுல்தான்களிடமும், முகலாயர்களிடமும் சமாதானம் செய்து கொள்ளவும், கூட்டணி அமைக்கவும் தயங்கியதே இல்லை. இந்த இணக்கமும், கூட்டணியும் சில சமயம் இந்து மன்னர்களுக்கு எதிராக இருந்தபோதும் அவர் தயக்கம் காட்டவில்லை. உதாரணத்துக்கு கர்னாடகாவின் நாயக்குகளுக்கு எதிராக அவர் பீஜப்பூர் சுல்தான் களுடன் கைகோர்த்த சந்தர்ப்பங்கள் உண்டு. இது மட்டு மில்லை, முகலாய எதிர்ப்பு இந்து மன்னர்களுடன் ஒருங் கிணைந்து செயல்பட அவர் ஆர்வம் காட்டியதே இல்லை. சிவாஜியின் ராணுவத்தில் ஏராளமான முஸ்லிம்கள் இருந்தார்கள். சிவாஜியின் கடற்படைத் தலைவரே ஒரு முஸ்லிம்தான்.

முகலாயர்களுக்கு எதிரான சக்திகள் அனைத்தையும் ஒன்று திரட்டும் செயலை சிவாஜி செய்யத் தவறி விட்டதாக ஒரு கருத்து உண்டு. அதென்னவோ உண்மைதான். ஆனால் முகலாயர்களுக்கு ஆதரவான இந்து அரசர்களை அவர் சும்மா விட்டு வைக்க வில்லை. ஜவாலி பகுதியின் அரசராக இருந்த சந்திரசேகர ராவ் என்கிறவர் சிவாஜியின் இந்து ராஷ்ட்ரம் கொள்கைக்கு எதிரானவர் மட்டுமல்ல, அடில்சாஹிக்களின் விசுவாசியும்கூட. சிவாஜியின் தெற்கு, தென்கிழக்குப் பகுதி விரிவாக்கங்களுக்கு மிகுந்த இடைஞ்சலாக இருந்தது இந்தப் பகுதியும் சந்திரசேகர ராவும்.

சந்திரசேகர ராவ் மகா உஷாரான பேர்வழி. அவரைப் பார்த்து முகலாய மன்னர்களின் தளபதிகளே அஞ்சுவார்கள். தாக்குதல் நடத்தும் எண்ணத்துடன் அவருடைய பகுதிக்குள் பிரவேசிக்க முடியாது. சிவாஜி ஒரு தந்திரம் செய்தார். (அப்போது சிவாஜிக்கு வயது இருபதுகூட ஆகவில்லை). சந்திரசேகர ராவின் மகளை தனக்குத் திருமணம் செய்யப் பேசி முடிக்க உள்ளே

நுழைவதுபோல பரிவாரங்களை அனுப்பி அவரைக் கொன்று விட்டார். அதற்குப் பிறகு யஷ்வந்த் ராவ் என்கிறவரை ஆட்சியில் அமர்த்தினார். அவரும் மராட்டியர்களுக்கு எதிராகச் செயல்பட ஆரம்பிக்கவே ஜவாலி பகுதியைக் கைப்பற்றி அதனை மராட்டிய சாம்ராஜ்யத்துடன் இணைத்தார். யஷ்வந்த் ராவுக்கு மரண தண்டனை வழங்கப்பட்டது.

இன்னொரு விஷயம், ஒரு அரசன் தொடர்ந்து போர் செய்து அதில் வெற்றியே அடைந்தாலும் அந்த நாட்டுக்கும் மக்களுக்கும் சிரமம்தான். சிவாஜியின் ஆட்சியில் பெரும்பாலான காலம் போரில் போயிற்று. இதன் காரணமாக நாட்டில் பயிர்த் தொழில் நசித்துப் போயிற்று. விவசாயம் செய்ய ஆளே கிடையாது. நாட்டின் நிதி பூரா நல்வாழ்வுத் திட்டங்களுக்குப் பதிலாக ராணுவத்திற்கே செலவானதில் மக்கள் ஏழ்மையிலும், பஞ்சத் திலும் வாட நேர்ந்தது. இதை சிவாஜி சற்றுத் தாமதமாகவே உணர்ந்தார். சிவாஜியின் இறுதி சில ஆண்டுகளில் முகலாயர் களும், சுல்தான்களும் வேறு பகுதியில், வேறு வேலைகளில் மும்முரமாக இருந்தது சிவாஜிக்கு சாதகமாக அமைந்தது. இறுதிப் பகுதியில்தான் நல்வாழ்வுத் திட்டங்களைச் செயல் படுத்தினார்.

விவசாயிகளுக்கும், விரிவாக்கப் பணிகளுக்கும் கடனுதவி, பாதிக்கப்பட்ட பகுதிகளின் மறு கட்டுமானம் இவைகளில் கவனம் செலுத்தினார். ராணுவத்தினரின் போக்குவரத்தும் செயல்பாடுகளும் விவசாயிகளை எந்த விதத்திலும் பாதிக்கக் கூடாது என்று கண்டிப்பான நிபந்தனை விதித்தார்.

எது எப்படியானாலும், தக்கண சுல்தான்களுக்கும், முகலாயர் களுக்கும் மத்தியில் ஒரு தனி ராஜ்யத்தை அமைத்து அதில் இழப்பு ஏற்படும் போதெல்லாம் போராடி மீண்டும் அந்தப் பகுதிகளைத் தன் ராஜ்யத்தோடு இணைத்து இறுதிவரை தனி ராஜ்யத்தைப் பராமரித்துப் பாதுகாத்தது ஒரு மிகப் பெரிய சிறப்பு என்பதை மறுப்பதற்கில்லை.

ஒரு தேங்காய், பிடி சேறு, கொஞ்சம் குதிரை சாணம்!

சிவாஜியை அவரது தாயார் ஜீஜபாய் வளர்த்த விதம் அவருக்கு ஆன்மிகத்தில் ஆழ்ந்த பற்று ஏற்படுமாறு அமைந்தது. பெரிய ஞானிகளைச் சந்தித்து சந்தேகங்களை நிவர்த்தி செய்துகொள்வதும், அவர்களது ஆசிகளைப் பெருவதும் சிவாஜிக்கு வழக்கமாக இருந்து வந்தது.

சிவாஜி மிகவும் நேசித்த ஒரு ஆன்மிக குரு தொடர்பான ஒரு சுவாரஸ்யமான சம்பவம் உண்டு.

துக்காராம் என்பவர் சிவாஜி காலத்தில் வாழ்ந்த உபன்யாசகர். பண்டரிபுரம் விட்டலனின் பக்தரான அவர் நாடெங்கிலும் சென்று விட்டலன் கதையைச் சொன்னவர். ஏராளமான பக்திப் பாடல்களை எழுதியவர். ஒரு சமயம் அவரைப் பூனாவுக்கு தொடர் சொற்பொழிவுக்காக அழைத்திருந்தார்கள். அந்தச் சமயம் சிவாஜி சின்ஹாகட் பகுதியில் வசித்துக் கொண்டிருந்தார். துக்காராமின்

9

விஜயம் குறித்து அறிந்த சிவாஜி தினந்தோறும் அவரது உபன்யாசத்தைக் கேட்டு ஆக வேண்டும் என்கிற முடிவில் தினந்தோறும் வந்து, நிகழ்ச்சி முடிகிறவரை இருந்து இரவு சின்ஹாகட் திரும்பிக் கொண்டிருந்தார்.

சக்கான் கோட்டை அப்போது சாயிஷ்டா கான் வசம் இருந்தது. சிவாஜி தினமும் நிகழ்ச்சியைக் கேட்பதை அறிந்த அவர் ஒரு குறிப்பிட்ட நாளில் எந்த பக்தரின் வீட்டில் நிகழ்ச்சி ஏற்பாடு செய்யப்பட்டிருந்ததோ அந்த வீட்டைச் சுற்றி தன் சிப்பாய்களை மாறு வேடத்தில் நிறுத்தினார். சிவாஜி வரும்போது அவரைக் கொலை செய்வது அவர்களுக்குத் தரப்பட்டிருந்த வேலை.

பத்தான்களின் உயரமும் உடற்கட்டும் அவர்கள் என்னதான் மாறுவேடத்தில் இருந்தாலும் காட்டிக் கொடுத்து விடும். சிவாஜியின் எளிமையையும், பக்தியையும் அவர்கள் அறிந்திருக்க வில்லை. சர்வ சாதாரணமாக மக்களோடு மக்களாக வருவதை வழக்கமாகக் கொண்டிருந்தார் சிவாஜி. ராஜா வந்திருக்கிறார் என்று தெரிந்தால் வீணான களேபரங்கள் உண்டாகும், அது நிகழ்ச்சிக்கு இடையூறாக இருக்குமென்று தான் யார் என்பதையே வெளிக்காட்டிக் கொள்ளாமல் வந்து போய்க் கொண்டிருந்தார் சிவாஜி. ஆகவே தான் பாட்டுக்கு உள்ளே நுழைந்து உட்கார்ந்து உபன்யாசத்தைக் கேட்க ஆரம்பித்தார்.

நிகழ்ச்சி தொடங்கிய பிறகும் சிவாஜி வராததைப் பார்த்து பதற்ற மடைந்தார்கள் சிப்பாய்கள். வேலையை முடிக்காமல் வெறுங் கையுடன் போனால் தீர்ந்தது அவர்கள் கதை. ஆகவே பார்க்க சிவாஜி மாதிரி இருந்தவர்களையெல்லாம் இழுத்து உதைத் தார்கள். சிவாஜிக்கு வருத்தம் உண்டாயிற்று. தனக்காக மக்கள் அடிவாங்குவது பொறுக்காமல் கூட்டத்தின் நடுவிலிருந்து எழுந்து தன்னை வெளியே போக அனுமதிக்கும்படி துக்காரா மிடம் வேண்டினார். அதற்கு துக்காராம்:

'நீ வாழ வேண்டுமா இறக்க வேண்டுமா என்பதை இவர்களால் முடிவு செய்ய முடியாது. அதே சமயம் கடவுள் இன்றைக்குத் தான் உன் மரணம் என்று முடிவு செய்திருந்தால் அதை உன்னால் தடுக்கவும் முடியாது. இன்றைக்கு ஏகாதசி, மரணத்துக்கு உகந்த நாள். விட்டலன் நாமத்தைக் கேட்டபடி இறந்து போகும் பாக்கியம் எல்லோருக்கும் கிடைக்காது, உட்கார்' என்றார்.

'ஆனால் நான் போகும் வரை அப்பாவி மக்களை அடிப்பார் களே சுவாமி?' என்றார் சிவாஜி.

'கவலை கொள்ளாதே, உன் மக்களில் உன்னைப் போன்றே புத்திகூர்மையுடையவர்கள் நிறையப் பேர் இருக்கிறார்கள். அவர்களில் ஒருவன் இப்போது உன் அங்கியையும், தலைப் பாகையையும் அணிந்துபோய் அவர்களை திசை திருப்புவான்' என்றார்.

சுவாமிகள் சொன்னதைக் கட்டளையாக ஏற்ற சிவாஜியின் விசுவாசி ஒருவன் அவரிடமிருந்து அங்கியையும் தலைப்பாகை யையும் வாங்கிக் கொண்டான். மின்னல் வேகத்தில் வெளியேறி குதிரை ஒன்றில் தாவி ஏறி உட்கார்ந்தான். பத்தான்களின் கவனத்தைத் திருப்புவதற்காக 'ஜெய் பவானி' என்று ஒருதரம் உரக்கச் சொல்லிவிட்டுக் குதிரையைத் தட்டிவிட்டான். சிவாஜி தப்பித்துப் போகிறார் என்று நினைத்துக்கொண்டு பத்தான்கள் எல்லோரும் அவனை விரட்டினார்கள்.

சிவாஜி எந்தக் கஷ்டமும் இல்லாமல் உபன்யாசத்தைக் கேட்டு விட்டு ஊர் போய்ச் சேர்ந்தார்.

சமார்த் ராம்தாஸ் சுவாமி என்பவர் சிவாஜி காலத்தில் வாழ்ந்த ஒரு ஆன்மிகப் பெரியவர். பக்தி இலக்கியத்தில் மிகுந்த பணிகள் செய்தவர். நிறைய பாசுரங்களை எழுதி இருப்பவர். தஸ்போத் என்கிற பெயரில் அவர் எழுதியிருக்கும் அத்வைத வேதாந்த நூல் மிகப் பிரபலமானது. ஸ்ரீராமன் மற்றும் ஹனுமனின் தீவிர பக்தர். இவரும் சிவாஜியும் தொடர்புடைய சம்பவம் ஒன்று மிகவும் சுவாரஸ்யமானது.

சிவாஜிக்கு, ஞானி சமார்த் ராம்தாஸ் சுவாமியைச் சந்திக்க வேண்டும் என்பது நெடுநாள் விருப்பம். ஒருநாள் கொந்தாவல் என்கிற அவர் தங்கியிருந்த இடத்துக்குப் புறப்பட்டுப் போனார். ஆனால் சிவாஜி காத்திருக்க வேண்டியிருந்தது. விடாப்பிடி யாகக் காத்திருந்தார். எப்படியாவது சுவாமியைச் சந்திக்க வேண்டும் என்கிற ஆவலில் மாலை வரை காத்திருந்தார். சந்திக்க முடியவில்லை. சுவாமிகள் வேண்டுமென்றேதான் சிவாஜியைச் சந்திக்காமல் காக்க வைத்தார். அதற்குக் காரணம் இருந்தது. சளைக்காமல் ஓரிரு முறைகள் மீண்டும் மீண்டும் சந்திக்க முயன்றார் சிவாஜி. சந்திக்க முடியாததால் வருத்தம் ஏற்பட்டு

பவானி தேவி கோயிலுக்குப் போய் மனமுருகி வேண்டினார். தனக்கு ஏன் தரிசனம் கிடைக்கவில்லை என்று தேவியிடம் உரிமையோடு சண்டையிட்டார். பதில் கிடைக்காமல் இங்கிருந்து போக மாட்டேன் என்று இரவு முழுதும் சன்னிதியிலேயே தூங்கி விட்டார்.

இரவு சிவாஜிக்கு ஒரு கனவு வந்தது.

காவி உடையும், கமண்டலமும், தண்டமும், ஜெபமாலையுமாக ராமதாஸ் சுவாமிகள் கனவில் தோன்றினார். சிவாஜி அவரைப் பணிந்து பாதங்களைத் தொட்டு வணங்கினார். சுவாமி சிவாஜி யின் தலையைத் தொட்டு ஆசிர்வதித்து தேங்காய் ஒன்றைப் பிரசாதமாக வழங்கிவிட்டு மறைந்தார். சிவாஜி காலையில் உறக்கம் விழித்தபோது ஓர் ஆச்சரியம் காத்திருந்தது. அவர் கைகளில் ஒரு தேங்காய் இருந்தது. அந்த நிமிஷத்திலிருந்து சிவாஜி ராம்தாஸ் சுவாமியைத் தன் குருவாக நினைக்க ஆரம்பித் தார்.

இதற்குப் பின் சிவாஜி எத்தனையோ சாதனைகளைச் செய்தார்.

சில ஆண்டுகள் கழித்து சுவாமியே ஷிங்கன்வாடிக்கு வந்து சிவாஜியைச் சந்தித்தார். மகிழ்ச்சியிலும் பெருமையிலும் சிலிர்த்துப்போன சிவாஜி குருவுக்கு பாத பூஜை செய்து வரவேற்று உபசரித்தார்.

'அரசாட்சி, ராஜ்ஜியம், போர் என்பதெல்லாம் வெறுத்துப்போய் விட்டது ஸ்வாமி. பேசாமல் நான் தங்களது சீடனாக உங்க ளுடன் கூடவே வந்து பணிவிடைகள் செய்து வாழ்நாளின் மீதிப் பகுதியைக் கழிக்க விரும்புகிறேன்!' என்று அவர் குருவிடம் தெரிவித்தார்.

ராம்தாஸ் சுவாமி அதை ஏற்கவில்லை.

'சிவாஜி, நீ மக்களைக் காக்கப் பிறந்தவன். அரசாங்கத்தை நிர்வாகம் செய்து மக்களைக் காத்து அவர்களுக்குத் தேவைப் படும் நலன்களைச் செய்ய வேண்டும் என்பது கடவுள் உனக்குப் பணித்தது. அதைச் செவ்வனே நிறைவேற்றுவதுதான் ஷத்ரிய தர்மம். மக்களைக் காக்கும் உன்னை நானே அடிக்கடி வந்து சந்திக்கிறேன். நீ நாட்டையும் மக்களையும் விட்டு என்னுடன் வராதே' என்று அறிவுரை சொல்லி ஒரு தேங்காய், ஒரு பிடி

சேறு, குதிரை சாணம், கருங்கற்கள் ஆகியவற்றைப் பிரசாதமாக அளித்தார்.

சேறு மண்ணை (நாட்டை) குறித்தது. கருங்கற்கள் மலையையும் கோட்டைகளையும் குறித்தது. குதிரைச் சாணம் குதிரைப் படையைக் குறித்தது. உள்ளிருக்கும் தேங்காயையும், நீரையும் ஓடு பாதுகாப்பது போல மண்ணையும் மக்களையும் கோட்டை களும் குதிரைப் படையும் கொண்டு காத்து வருவதே அரசனின் தர்மம் என்பதை அது அறிவுறுத்தியது. இதை குருவின் கட்டளை யாகக் கருதி சிவாஜி தன் மக்களுக்கு நன்மை செய்வதையும், அவர்களை அந்நியரிடமிருந்து காப்பதையும் தன் வாழ்நாள் கடமையாகக் கருதி சந்தோஷமாக ஆட்சி நடத்த ஆரம்பித்தார்.

சுவாமிகள் ஆரம்பத்தில் சிவாஜியைக் காக்க வைத்ததற்கு ஒரு அர்த்தம் உண்டு. 'உனக்கு சீடனாகும் தகுதி எப்போது வருகிறதோ அப்போது குரு தோன்றுவார்' என்பார்கள். அதாவது வாழ்வில் சிறந்த குருவை யாரும் தானே தேடி அடைவதில்லை. அவர்களுக்குத் தகுதி பிறக்கும்போது குரு அவர்களைத் தேடி வந்தடைகிறார். அல்லது குருவைத் தேடாவிடினும் ஒரு உன்னதமான சந்திப்பு நிகழ்கிறது.

சிவாஜியின் ஆழ்ந்த ஆன்மிகப் பற்றும் பெரியோரின் உபதேசங் களும் அவரைப் பெரும்பான்மையான அரசர்களிடமிருந்து எப்படிப் பாகுபடுத்திக் காட்டுகிறது என்பதற்கு இன்னொரு கதை உண்டு.

ஒரு நாள் சிவாஜி வேட்டைக்குப் போய்விட்டு காட்டு வழியே குதிரையில் அரண்மனைக்குத் திரும்பிக் கொண்டிருந்தார். திடீரென்று எங்கிருந்தோ பறந்து வந்த கல்லொன்று அவர் நெற்றியைத் தாக்கியது. வலி, கோபம், அவமானம் மூன்றும் ஒரே சமயம் சிவாஜியைத் தாக்கியது. சுற்றிலும் பார்த்தார் யாரையும் காணவில்லை.

'யாரது?' என்றார் கோபமாக.

மரங்களின் நடுவிலிருந்து ஒரு பெண்மணி வெளியில் வந்தார்.

'நான்தானப்பா... பசி தாங்கவில்லை. கையில் காலணா காசில்லை. கல்லால் மரத்தில் இருக்கிற மாம்பழத்தை அடித்துச்

சாப்பிடலாமென்று கல்லை வீசினேன். அது தவறுதலாக உன் மேலே விழுந்துவிட்டது!' என்றாள்.

என்ன தைரியம் இருந்தால் நாடாளும் மன்னனிடம் இப்படி ஒரு பதிலைத் துணிந்து சொல்வாள் என்று ஒரு வினாடி கோபம் வந்தாலும் சிவாஜி சட்டென்று சுதாரித்துக் கொண்டார். எத்தனை ஆண்டுகளாகக் கொஞ்சமும் தன்னலம் இல்லாமல் மக்களுக்குப் பழங்களைக் கொடுத்து வருகிறது இந்த மரம்! அவ்வளவு உயர்ந்த குணம் கொண்ட மரமே தன் மீது கல் வீசியெறியப்படு வதைப் பொறுத்துக் கொள்கிறது. பொறுத்துக் கொள்வது மட்டு மில்லாமல், கல்லெறிந்தவருக்குப் பழமும் தருகிறது. என் மேல் கல்லெறிந்த இந்தப் பெண்ணுக்கு நான் என்ன தருவது என்று யோசித்த சிவாஜி, தன் இடுப்பிலிருந்த பணப்பையைத் திறந்து ஒரு பிடி பொற்காசுகளை அந்தப் பெண்ணிடம் கொடுத்தார்.

இந்து மதத் தத்துவங்களை மதித்தாலும், இந்துக்களின் சுதந்திரம் பாதிக்கப்படக் கூடாது என்று போராடினாலும், மகாராஷ்டிரத்தை முகலாயர்களின் பிடியிலிருந்து காக்க வேண்டும் என்று போராடினாலும் சிவாஜி இஸ்லாமுக்கு எதிரானவர் அல்ல. இந்து மதத்தை மதித்த அதே அளவு இஸ்லாமையும் அவர் மதித்ததால்தான் சிஃபிக்களிடமும் அவ்வப்போது அறவுரைகள் பெறுவார்.

முகலாயர்கள் தங்கள் ராஜ்யத்தை விரிவுபடுத்த முயலும் போதெல்லாம் அவர்களை எதிர்த்துச் சண்டையிட்டு தடுத்து நிறுத்துவதே சிவாஜியின் பணியாக இருந்தது. அப்படி ஒருமுறை ஒரு முகலாயப் படையை சிவாஜியின் ராணுவத்தினர் எதிர் கொண்டு ஜெயித்தார்கள். சம்பந்தப்பட்ட முஸ்லிம் தளபதியைக் கைது செய்தார்கள். அவரை அழைத்து வருமுன்பு அவரது அழகான மகளை அழைத்துக்கொண்டு சிவாஜியிடம் வந்தார்கள்.

'மன்னா இவர்கள் இப்போது நம் அடிமை. இந்தப் பெண் எப்படிப்பட்ட அழகி என்று பாருங்கள். இவளை என்ன செய்யலாம்? கல்யாணம் செய்து கொள்கிறீர்களா, ஆசை நாயகி யாக அந்தப்புறத்துக்கு அனுப்பி வைப்பதா அல்லது அடிமையாக அரண்மனையில் சேர்ப்பதா?' என்று சிவாஜியின் தளபதி கேட்டார்.

சிவாஜி அந்தப் பெண்ணைச் சற்று நேரம் உற்றுப் பார்த்தார்.

'ஆம்.. இவள் உலகின் மிகச் சிறந்த அழகிகளில் ஒருத்தி என்பது உண்மைதான்' என்றார்.

'அதனால்தான் அழைத்து வந்தோம் மன்னா, முடிவைச் சொல்லுங்கள். திருமணமா, நாயகியா, அடிமையா?'

'இவளைப் பார்க்கிற போது எனக்கு என்ன தோன்றுகிறது தெரியுமா?'

'என்ன தோன்றுகிறது மன்னா?'

'என் தாய் மட்டும் இவளைப் போன்ற அழகியாக இருந்திருந்தால் நான் எவ்வளவு அழகானவனாகப் பிறந்திருப்பேன்!'

'மன்னா...'

'இவளுக்கு என் தாயாக இருக்கும் வயதில்லை. ஆனால் மகளாக இருக்கும் வயது இருக்கிறது. இவளை மகளாக நான் ஏற்கலாம். ஆனால் இவள் என்னைத் தந்தையாக ஏற்க மாட்டாள்'

'ஏன் மன்னா?'

'ஒருவனுக்கு நிறைய மகள்கள் இருக்கலாம். ஆனால் ஒரு மகளுக்கு ஒரு தகப்பன்தான் இருப்பான். இவள் தகப்பனை விடுவித்து இவளுடன் திருப்பி அனுப்பி வையுங்கள். அதைவிட சந்தோஷம் தரும் ஒன்றை இவளுக்கு நம்மால் செய்ய முடியாது'

சிவாஜியின் வீரர்கள் அது போன்ற தவறை மீண்டும் செய்யவே இல்லை. ஒரு தலைவன் என்கிறவன் முன்னுதாரணமாக இருக்க வேண்டும் என்பதற்கு மிகச் சிறந்த எடுத்துக் காட்டு சிவாஜி. மன்னனே இப்படிப் பெண்களையும், இதர மதத்தையும் மதிக்கிறவனாக இருந்தால் அவனுடைய பணியாட்கள் எப்படி ஒழுக்கம் தவறத் துணிவார்கள்?

ஔரங்கசீப்பின் மதவெறியாட்டத்தை எதிர்த்து சிவாஜி அவருக்கு அனுப்பியிருந்த கடிதத்தை தெளிவு, நிதானம், அரசியல் நுண்ணறிவு என்றெல்லாம் புகழ்கிறார் சர். ஜெ. சர்க்கார். (இந்திய வரலாற்றுப் பேராசிரியர்.) தன் ஆட்சேபத்தை சிவாஜி பதிவு செய்திருக்கும் விதம் அழுத்தமாகவும், அதே சமயம் மிகுந்த நாகரிகத்தோடும், மரியாதையோடும் இருப்பதாக அவர்

கருதுகிறார். இந்துக்களுக்கும் முஸ்லிம்களுக்கும் தனித்தனியான சட்டதிட்டங்கள் இருப்பது குறித்து சிவாஜி எழுதியிருக்கிறார் :

> கடவுள் பலதிறப்பட்ட தோற்றங்களும் குணங்களும் கொண்ட மக்களைப் படைத்திருக்கிறார். பாதுகாப்புணர்வும், அமைதியும் ஒவ்வொருவருக்கும் இருந்தால்தான் ஒரு நாடு தழைக்கும். இஸ்லாமும், இந்துத்துவமும் மாறுபட்ட வழிமுறைகள், வேறுபாடான வழிபாட்டுத் தலங்களை உபயோகிக்கின்றன. ஆனால் வழிபடும் கடவுள் என்னவோ ஒருவர்தான். மன்னரின் கவனத்துக்கு இன்னொன்றும் சொல்கிறேன், முஸ்லிம்களின் புனித நூலான திருக் குர் ஆன் கடவுள் மக்களுக்கு என்றுதான் சொல்கிறதே ஒழிய முஸ்லிம்களுக்கு என்று சொல்லவில்லை. ஆகவே ஜஸியா (வரி) இரக்க மில்லாததாக, சட்டத்துக்குப் புறம்பாக, தார்மீகத்துக்குப் புறம்பாக இருக்கிறது. இந்துக்களுக்குப் பாதுகாப்பு இருந்தால் கூட இந்த வரி நியாயமானது என்று சொல்லலாம்.
>
> நாடாளும் மன்னன் ஜஸியா என்கிற பெயரில் மக்களின் ஒரு சாராரிடம் கையேந்துவது அவரது பதவிக்கும், செல்வத் துக்கும் அழகல்ல. கொசுக்களையும், ஈக்களையும் அடக்கி வைப்பதற்குப் பெயர் வீரமல்ல. உதய்பூரிலும், இந்தக் கடிதத்தை எழுதியவரிடமும் ஜஸியா வசூல் செய்தால் வீரம் என்பதை ஒப்புக் கொள்கிறேன்.

என்னதான் இந்து மதத்துக்காகப் போராடினாலும் சிவாஜி காலத்து செக்யூலரிஸமும் இப்போது போலத்தான் இருந்தது. ஒரு முஸ்லிம், ஒரு இந்துவிடம் தவறாக நடந்து கொண்டால் அவருக்கு நீதித் துறை தண்டனை தரக் கூடாது என்று சட்டமே போட்டிருந்தாராம்.

சிவாஜி முஸ்லிம் மதத்தை எவ்வளவு மதித்தார் என்பதற்கு அவருடைய எதிரிகளே சான்றிதழ் கொடுத்திருக்கிறார்கள். காஃபி கான் என்பவர் சிவாஜியின் சம காலத்து சரித்திர ஆசிரியர். சிவாஜியை மிகக் கடுமையாக விமர்சித்து வந்தவர். சிவாஜி இறந்தபோதுகூட துரோகி செத்தொழிந்தான் என்று எழுதியவர். அவர், போர்க் கைதிகளாகப் பிடிக்கப்பட்ட முஸ்லிம் பெண் களிடம் சிவாஜி நாகரிகமாகவும், மரியாதையாகவும் நடந்து கொண்டதைப் பதிவு செய்திருக்கிறார்.

போராளியா? பயங்கரவாதியா?
கொள்ளைக்காரரா?

முகலாயர்களும் அடில்சாஹிக்களும் சிவாஜியை ஒரு கொள்ளைக்காரராகவே பார்த்தார்கள். அடில்சாஹிக்கள் சிவாஜியை தங்களுக்கு இணையான ஒரு அரசனாகக் கருதவில்லை. முகலாயர்கள் ஒரு படி மேலே போய்விட்டார்கள். ஒளரங்கசீப் சிவாஜியை மலை எலி என்றே வர்ணித்தார். இதன் காரணமாகவே படைகளுடன் ஜெய்சிங் வந்து சிவாஜியை சுற்றி வளைத்தபோது பொதுவாக அரசர்களுடன் செய்து கொள்ளும் எந்த ஒப்பந்தத்துக்கும் ஒளரங்கசீப் இணங்க வில்லை.

இவர்கள் மட்டுமில்லை, ஐரோப்பியர்களும் சிவாஜியை இந்துக்களுக்காகப் போராடிய வீரனாகவோ, ஒரு அரசனாகவோ ஏன் ஒரு தலைவனாகவோகூடப் பார்க்கவில்லை. ஒரு கொலைகாரனாக, கொள்ளைக்காரனாக, கலகக்காரனாகத்தான் பார்த்தார்கள். டச்சுக் காரர்கள் சிவாஜியைக் கொள்ளைக்காரன்

என்றே எப்போதும் குறிப்பிட்டார்கள். சிவாஜியை சாத்தான், சாத்தானின் மகன் என்றெல்லாம் குறிப்பிட்டார்கள். கர்னல். டோட் என்கிற கிழக்கிந்தியக் கம்பெனியின் அதிகாரி சொல் கிறார்: 'மராட்டியர்கள் ரத்தம் குடிக்கும் பிராணிகள். மோப்பம் பிடித்துப் பிடித்து மக்களின் ரத்தத்தைக் குடித்தார்கள்' என்று எழுதுகிறார். இந்திய சரித்திரத்தை ஐரோப்பியர்கள் எவ்வளவோ மாற்றி மாற்றி தாறுமாறாக எழுதியிருக்கிறார்கள். அதில் இதுவும் ஒன்றாக இருக்கலாம். ஆரியப் படையெடுப்பு என்பதே ஹம்பக் என்னும் கருத்து இருக்கிறது.

சர். ஜான் சீலே என்கிற ஆங்கில வரலாற்று ஆசிரியர், 'மராட்டி யர்கள் இயக்கத்தில் உயர்ந்த விஷயமோ, தேசப்பற்றோ ஏது மில்லை. ஆரம்பத்திலிருந்தே அது ஒரு கொள்ளைக்காரர்களின் அமைப்புத்தான்' என்று எழுதுகிறார்.

வி. ஸ்மித் என்கிற வரலாற்று ஆசிரியர் கூறும் போது 'மராட்டிய சுயாட்சி என்பது கொள்ளையர்களின் ஆட்சி. மராட்டியர்கள் என்பவர்கள் தொழில்முறைத் திருடர்கள்' என்கிறார்.

சிவாஜியின் வரலாற்று ஆசிரியரான சர். ஜெ. சர்க்கார், 'சிவாஜியின் ராணுவத்தின் நோக்கமே கொள்ளைதான்' என்று சொல்லியிருப்பது சற்று அதிர்ச்சியாக இருக்கிறது.

சிவாஜி தொடர்ந்து கட்டற்ற அழிவு வேலைகளிலும், கொள்ளை யிலும், கொடூரமான தாக்குதல்கள் மற்றும் ரகளையிலும் ஈடுபட்டதாகச் சொல்லும் இவர் உதாரணத்துக்கு சூரத் மீது இரண்டு முறை தாக்குதல் நடத்தி கொள்ளை அடித்த சம்பவத் தைச் சொல்கிறார். இது இதர வரலாற்று ஆசிரியர்களாலும் ஒப்புக் கொள்ளப்பட்டிருக்கிறது. மேலும் ராஜ்பூர், கார்வார், ஹூப்ளி, சாப்ரா உள்ளிட்ட இதர பல நகரங்களிலும் கூட இதே போன்ற கொள்ளைச் சம்பவங்கள் நடைபெற்றதாகவும் சொல் கிறார். கூடவே, இந்தப் பழிவாங்கும் நடவடிக்கைகள் எதன் காரணமாக எடுக்கப்பட்டன என்பதை நினைவில் கொள்ள வேண்டும் என்கிறார். அதாவது கொள்ளைச் சம்பவங்கள் நடந்ததை மறுக்கவில்லை, அவை முகலாயர்களின் செயலுக்கு எதிர்வினை என்கிற ரீதியில் சொல்கிறார்.

மராட்டிய வீரர்கள் இது போன்ற பட்டணங்களுக்கு சூரையாடப் போகும் போதெல்லாம் அங்கிருக்கும் அதிகாரிகள் மற்றும்

பொது மக்களுக்கு எச்சரிக்கை விடுத்து வருவார்களாம். குறிப் பிட்ட காலம் கெடு கொடுத்து அதற்குள் சொன்ன தொகையை அனுப்பி வைக்காவிடில் ஊரைக் கொளுத்தி விடுவோம், எல்லோரையும் கொன்று விடுவோம் என்கிற அச்சுறுத்தலுடன் திரும்புவார்களாம்.

1663ம் ஆண்டில் எழுதப்பட்ட ஆங்கில வரலாறுகளில், 'சிவாஜி போகிற இடங்களில் எல்லாம் அவர் ஒரு நிபந்தனையை முன் வைப்பார். அதற்கு மக்கள் ஒப்புக் கொள்கிற பட்சத்தில் அவரோ அவரது ஆட்களோ எந்தத் துன்பத்தையும் விளைவிக்க மாட்டோம் என்று உறுதி அளிப்பார்கள். அவர்கள் ஒப்புக் கொண்டு கேட்டதைக் கொடுத்தால் உறுதி அளித்தபடியே எந்தத் துன்பமும் விளைவிப்பதில்லை' என்று எழுதியிருக்கிறார்கள். ஆகவே இப்படி மாழல் தராத பகுதிகளில் கொள்ளையடிப்பது நடத்தப்பட்டதாம். ஆனால் அப்படிக் கொள்ளை அடிக்கப்பட் டாலும் பசுக்கள், பெண்கள், குழந்தைகள், பிராமணர்கள், மற்றும் மதத் துறவிகள் (எந்த மதமாயினும் சரி) இவர்களுக்கெல் லாம் எந்தத் துன்பமும் விளைவிக்கக் கூடாது என்பது நிபந்தனை யாக இருந்ததாம். கோயில்கள், மதம் தொடர்பான கட்டிடங்கள், அனாதை இல்லங்கள், பள்ளிகள் இவையெல்லாம் தாக்கு தலுக்கு உட்படக் கூடாது என்பதும் நிபந்தனையாக இருந்ததாம்.

சூரத்தில் மோகன்தாஸ் பாரிக் என்றொரு மனிதர் இருந்தாராம். அவர் பெரிய கடவுள் பக்தர், தர்மவான். ஊர் முழுக்க தர்ம காரியங்கள் செய்தவர், அவர் பெயரில் நிறைய தர்ம ஸ்தாபனங்கள் இருந்தனவாம். இவர் உயிருடன் இருந்த போதும் சரி, இறந்த பிறகும் சரி. இவர் வீட்டை சூறையாடக் கூடாது என்று உத்திரவு போட்டிருந்தாராம் சிவாஜி.

இது போன்ற சூறையாடல்களுக்குப் போவதற்கு முன்பும், திரும்பிய பின்னரும் ஒவ்வொரு சிப்பாயின் உடைமைகளும் சோதனை செய்யப்படும். கொண்டு வரும் பொருள்களில் எவை யெல்லாம் நிர்வாகத்திடம் தரப்பட வேண்டும் என்று வரை யறுக்கப் பட்டிருக்கின்றனவோ (சில அதிக விலை மதிப்பில்லாத பொருள்களை அவர்களே வைத்துக் கொள்ளலாம்) அவை களைக் கொடுத்த பிறகே அந்த மாத ஊதியம் வழங்கப்படுமாம். ராணுவத்தில் ஒருவருக்கு ஒருவர் தெரியாமல் நிறைய ஒற்றர் களை சிவாஜி வைத்திருந்தார்.

இந்தக் கொள்ளைகளும் சூறையாடல்களும் எப்படி நியாயப் படுத்தப்பட்டிருந்தன என்றால், எந்த முஸ்லிம் மன்னனோடு போரோ அந்த மன்னனின் ஆட்சிக்கு உட்பட்ட பட்டினத்தில் கொள்ளை நடத்தப்படலாம் என்று அரசாங்க விதிமுறையே இருந்ததாம்.

ஒரு இனத்தவர்களின் உரிமைகளுக்காகவும், விடுதலைக்காகவும் போராடுகிறவர்கள் பயங்கரவாதிகள் என்னும் முத்திரை குத்தப்படும் அபாயம் பல நூறு ஆண்டுகளுக்கு முன்பிருந்தே இருந்து வருகிறது. இந்துக்களின் உரிமைகளைக் காக்கவும், மகாராஷ்ட்ராவை அந்நிய சக்திகளிடமிருந்து மீட்கவும்தான் போராடினார் என்றாலும் சிவாஜியின் இந்தச் சூறையாடல்கள் அவரையும் ஒரு பயங்கரவாதியாக, புரட்சிக்காரராக ஐரோப்பியர்கள் சித்தரிக்கக் காரணமாக அமைந்தது. தக்கண சுல்தான்களையும், முகலாயர்களையும் மன்னர்களாக ஏற்றுக் கொண்ட ஐரோப்பியர்கள் சிவாஜியை அரசாங்கத்துக்கு எதிரான புரட்சிக்காரராகவே சித்தரித்தனர்.

ஆட்சியாளர்களுக்குத் தங்களுக்கு எதிரான சக்திகள் அந்நிய சக்தியாகத் தெரிவதும், போராளிகளுக்கு ஆட்சியாளர்கள் அந்நிய சக்தியாகத் தெரிவதும்கூட புரிந்து கொள்ளக் கூடியதே. உலகின் பலபகுதிகளில் பல்வேறு காலக்கட்டங்களில் இது நிகழ்ந்திருக்கிறது, நிகழ்ந்து வருகிறது. இவ்வாறு நடக்கும் இடங்களின் பொதுவான தன்மை ஒன்று உண்டு. ஒரு பிரிவினர் மண்ணின் மைந்தர்களாக இருப்பார்கள். இன்னொரு பிரிவினர் வந்தேறிகளாக இருப்பார்கள். கொஞ்சம் யோசித்துப் பார்த்தால் மனித இனம் தோன்றிய காலத்திலிருந்தே ஒரு பகுதியில் எந்தப் பிரிவினரும் இருந்திருக்க முடியாது என்பது புரியும். உலகின் எல்லாப் பகுதிகளிலும் இருக்கும் எல்லோருமே வந்தேறிகள் தான். எப்போது வந்தார்கள் என்கிற காலக்கட்டம்தான் மாறு கிறது. புதிதாக வந்தவர்களுக்கும் பல நூறு ஆண்டுகளாக இருந்த வர்களுக்கும் எப்போதுமே பிணக்கு உண்டாகத்தான் செய்கிறது. சில நூற்றாண்டுகள் கழித்து வந்தேறிகள் என்று கருதப்பட்ட வர்கள் மண்ணின் மைந்தர்களாக ஆகி விடுகிறார்கள்.

சிவாஜி அந்நியர்கள், வந்தேறிகள் என்று கருதி எந்த இஸ்லாமி யர்களுக்கு எதிராகப் போராடினாரோ, அவர்களும் இன்று இந்நாட்டின் மண்ணின் மைந்தர்கள்தானே? பார்ஸிக்கள் பத்தாம் நூற்றாண்டில் இரானிலிருந்து குஜராத்திற்கு வந்து

குடியேறியவர்கள்தானே? அவர்கள் இன்று இந்தியப் பிரஜைகள்தானே? மண்ணின் மைந்தர்கள்தானே? அவர்களுக்கு எதிரான போராட்டம் ஏதும் நடக்கவில்லை என்றால் காரணம் குடியேற வந்த அவர்கள், நான்தான் ராஜா இங்கே ஏற்கெனவே இருந்தவர்கள் எல்லோரும் குடிமக்கள் என்கிற மனப்பாங்கில் செயல்படவில்லை.

சிவாஜியை எதிர்மறை ஆசாமியாகச் சித்தரிப்பவர்கள் சொல்லும் உதாரணங்களில் ஒன்று அஃப்ஸல் கானை அவர் கொன்ற சம்பவம். சமாதானம் பேசச் சென்ற இடத்தில் ஒரு தளபதியைக் கொல்வது கொலை பாதகச் செயல் என்பது அவர்கள் கட்சி. சிவாஜியின் செயலில் எந்தத் தவறும் இல்லை என்பதை பால கிருஷ்ணா என்கிற பேராசிரியர் தன்னுடைய 'Shivaji the Great' என்கிற நூலில் விளக்கும் விதம் சுவாரஸ்யமானது. அவர் சொல்கிறார்,

'தந்திரமாகக் கொன்றார் என்பது நிஜமாகவே இருக்கட்டும், அதில் என்ன தவறு? காதலிலும் போரிலும் எல்லாமே நியாயம்தானே' (All is fair in Love and War).

போர் மரபுகளுக்கு எதிரான செயல் என்று சொல்லப்படுவதை நியாயப்படுத்த அவர் உபயோகித்திருக்கும் சொற்றொடர் ஃப்ராங்க் இ. ஸ்மெட்லி என்கிற ஆங்கில நாவலாசிரியர் தன்னுடைய நாவலில் 1850ம் வருஷம் எழுதியது. அந்த நாவலில் காதலுக்காக மற்றவர்கள் கடிதத்தைத் திறந்து படிக்கும் ஒரு கதா பாத்திரம் சொல்வதாக வரும் வசனம் அது. அதற்குப் பிறகு ஆங்கிலத்தில் அதைப் பலரும் மேற்கோள் காட்ட ஆங்கில மொழி அதை ஒரு Idiom ஆகவே ஏற்றுக்கொண்டுவிட்டது.

காதல், போர் இரண்டுமே வாழ்வா சாவா என்பது மாதிரியான செயலாக, இணையான செயல்களாகப் பார்க்கப்படுகின்றன. இரண்டின் நோக்கங்களுமே உன்னதமானவையாகப் பார்க்கப் படுகின்றன. நோக்கம் உன்னதம் என்பதால் வழிமுறைகள் நேர்மையானவையாகத்தான் இருக்க வேண்டும் என்கிற அவசியமில்லை என்கிற கருத்து உண்டு. காதலிலும் போரிலும் எதிராளியிடம் நேர்மையை யாரும் எதிர்பார்ப்பதும் இல்லை. அந்நியன் படத்து அம்பி போல காதல் கடிதத்தைப் பெற்றோ ரிடம் கொண்டு போய்த் தருபவர்களும் கிடையாது, அப்படி எதிர்பார்க்கிறவர்களும் கிடையாது.

சும்மாவாவது கோணக் கட்சி பேசுவதற்காக அந்தப் பேராசிரியர் இப்படிச் சொல்லவில்லை. அஃப்ஸல் கான் என்கிறவரின் பின்னணி என்ன என்பதையும் சொல்கிறார். சிவாஜியின் சகோதரனைக் கொன்றவர். சிவாஜியின் தந்தை ஷஹாஜியைச் சிறையில் கொடுமைப்படுத்தியவர். ஊரறிய அவரை விலங்கிட்டு அழைத்து வந்து அவமானப்படுத்தியவர். மற்றவர்களை விடுங்கள். தன் மனைவியரிலேயே சிலரைக் கொலை செய்த வராம் அஃப்ஸல் கான். இப்படிப்பட்டவர் சிவாஜியின் பார்வை யில் எதிரியாகத் தெரிவதில் என்ன வியப்பு, அதில் என்ன தவறு? நானூறு ஆண்டுகளுக்கு முன்பு எதிரியைக் கொல்வதற்கு வஞ்சக மான வழிமுறைகளை ஏராளமானோர் பயன்படுத்தியதுண்டு. இந்தக் காலக்கட்டத்தில் நிலவும் ஒழுக்கவிதிகளை வைத்து அவர்களை அளந்து பார்ப்பது நியாயமாகாது என்கிறார்.

மேலும், பேச்சு வார்த்தைக்கு சிவாஜி சொன்ன நிபந்தனைகள் அனைத்தையும் அஃப்ஸல் கான் ஏற்கக் காரணம் என்ன? தன் உயரமும், வலிமையும், திறமையும் சிவாஜியைக் காட்டிலும் மேலானவை; ஆகவே ஆயுதங்களின்றி ஆட்கள் துணையின்றி என்னால் சிவாஜியை எதிர்கொள்ள முடியும், கொல்லவும் முடியும் என்கிற நம்பிக்கைதானே? தனியாக வந்தால் என்னால் அவனைக் கொன்று விட முடியும் என்கிற எண்ணம் யாருக்குத் தோன்றும்? வலியவர்களுக்குத்தானே? ஆகவே சூழ்ச்சியாகக் கொலை செய்யும் நோக்கம் கட்டாயம் அஃப்ஸல் கானுக்குத் தான் இருந்திருக்கும் என்று லாஜிக்கலாகச் சொல்கிறார்.

அங்கீகரிக்கப்பட்டாரோ இல்லையோ, சிவாஜி ஒரு நாட்டின் அரசர். லட்சக் கணக்கான மக்களுக்குத் தலைவர். அவர்களின் நன்மையை உத்தேசித்து, அவர்களின் நல்வாழ்வை உத்தேசித்து, தன் உயிரைக் காத்துக் கொள்ள வேண்டிய கடமை சிவாஜிக்கு இருந்தது. அதற்காக அவர் எந்தவிதத்தில் அஃப்ஸல் கானை அணுகியிருந்தாலும் அதில் தவறில்லை.

சிவாஜியின் முடிசூட்டு விழாவே, கொலைகாரர், கொள்ளைக் காரர் என்பது மாதிரியான இது போன்ற பேச்சுக்களை முடிவுக்குக் கொண்டு வரத்தான் என்று சொல்லலாம். அந்த முடிசூட்டு விழாவில் ஏகப்பட்ட பிரச்னைகளை எதிர்கொள்ள வேண்டியிருந்தது.

முதலாம் அரசனுக்கு
முடிசூட்டு விழா இரண்டு!

11

1647ம் ஆண்டு, முதல் கோட்டையைப் பிடித்ததிலிருந்தே சிவாஜி ஒரு குறுநில மன்னனாக உருவெடுத்து விட்டார். அதற்குப் பின் அவரது கட்டுப்பாட்டில் இருந்த நிலப் பகுதி வளர்ந்து மிகப் பெரிய ராஜ்யமும் ஆகி விட்டது. முடி சூட்டு விழா என்கிற ஒன்றை அவர் திட்டமிட்டது தன் ஆட்சியின் இறுதிப் பகுதியில். ஆட்சியின் இறுதிப் பகுதி மட்டு மில்லை, வாழ்க்கையின் இறுதிப் பகுதியில். அத்தனை ஆண்டுகள் இல்லாத, செய்யாத ஒன்றை இறுதியில் ஏன் செய்ய நினைத்தார்?

தன் பிள்ளைகளும் தன்னைப்போலவே அங்கீகாரத்துக்குப் போராடிக்கொண்டே இருக்க வேண்டுமா? மராட்டிய வம்சம் என்பதை ஒரு ராஜ வம்சமாக அதிகாரப்பூர்வ மாக அறிவித்து, தனக்குப் பின் தன் வாரிசுகள் நாட்டை ஆளவதற்கு வழிவகை செய்து விடுவதுதானே நல்லது என்று நினைத் திருக்கலாம்.

சிவாஜியை ஐரோப்பியர்கள் ஒரு அரசனாக அங்கீகரிக்கவில்லை. கொள்ளைக்காரராக, தீவிரவாதியாக, அரசாங்கத்தை எதிர்க்கும் புரட்சிக்காரராகப் பார்த்தார்கள் என்று பார்த்தோம். தக்கண சுல்தான்களோ, முகலாயர்களோகூட சிவாஜியை ஒரு அரசனாக அங்கீகரிக்கவில்லை. அவர்களெல்லாம் போகட்டும். சிவாஜி யின் கட்டுப்பாட்டில் இருந்த பகுதிகளில் வாழ்ந்தவர்களே அவரை அரசனாக ஏற்கவில்லை. காரணம் சிவாஜி ஒரு ஷத்ரியர் அல்ல. ஒரு சாதாரண குடும்பத்தில் பிறந்த சிவாஜியை சமூக அந்தஸ்துப்படி அவருக்கு இணையாகவோ, அவரை விட சற்று மேலாகவோ இருந்த மராட்டியர்கள் எப்படி ஒரு தலைவனாக, அரசனாக ஏற்பார்கள்? அவர்களுக்கு அந்தத் தயக்கம் இருந்தது இயற்கையே. மற்ற அரசர்கள்போல ராஜ குடும்பத்தில் ராஜாவின் மகனாகப் பிறந்திருந்தால் அவர்களுக்கு சிவாஜியை ஏற்பதில் தயக்கம் இருந்திருக்காது.

மேலாண்மையில் இரண்டு விதமான தலைவர்கள் பற்றிச் சொல்வார்கள். பட்டம் சூடிய தலைவர்கள் (Designated Leaders). ஏற்றுக் கொள்ளப்பட்ட தலைவர்கள் (Accepted Leaders). ஒரு பட்டம் சூடிய தலைவன் ஏற்றுக் கொள்ளப்படா விட்டாலும் அவன் தலைவன் என்பது மாறுவதில்லை. ஆனால் பட்டம் சூடாதவன் ஒரு ஏற்றுக் கொள்ளப்பட்ட தலைவனாகவே இருந்தாலும் அவன் தலைவன் ஆவதில்லை.

சிவாஜியின் முடி சூட்டு விழா குறித்து முனைவர் பட்டத்திற்காக ஆராய்ச்சியே செய்திருக்கிறார் புரஃபஸர் குதாஸி உத்தவ் காலு என்கிறவர். அதில் நிறைய சுவாரஸ்யமான தகவல்கள் இருக் கின்றன.

சிவாஜியும் அவருடைய மந்திரிகளும் சேர்ந்து இந்த கொள்ளைக் காரன், புரட்சிக்காரன் என்கிற பெயர்களை எப்படிப் போக்குவது என்று யோசித்தார்கள். அப்போது சொல்லப்பட்ட யோசனை தான் சிவாஜி இன்னும் மன்னனாக முடிசூடவே இல்லை, அதைச் சம்பிரதாயமான முறையில் செய்து முடித்தால்தான் மராட்டியர்களும் சரி, மற்றவர்களும் சரி அவரை ஒரு அரசனாக அங்கீகரிப்பார்கள் என்பது.

ஒரு அரசனாக அறிவிக்கப்படாததும், அங்கீகரிக்கப்படாததும் நிர்வாகத்தில் பெரிய பிரச்னைகளை உண்டாக்கின. மக்களுக்குத் தரும் வாக்குறுதிகளுக்கு ஒரு அரசாங்கத்தின் வாக்குறுதிகள்

போன்ற உத்திரவாதம் இல்லை. நிலங்களுக்கும் இதர சொத்துக் களுக்கும் அதிகாரப்பூர்வமான அங்கீகாரம் எழுத்து மூலம் வழங்க முடியவில்லை. கொடுத்தாலும் அந்தப் பகுதி வேறொரு மன்னனின் கட்டுப்பாட்டின் கீழ் வரும்போது ஒரு அரசாங்க தஸ்தாவேஜாக அங்கீகரிக்கப்படவில்லை. சிவாஜி வெற்றி யடைந்து சேர்த்துக் கொண்ட பகுதிகள் அதிகாரப்பூர்வமாக அவர் ஆட்சியின் கீழ் வந்த பகுதிகளாகக் கருதப்படவில்லை. அவர் ஆக்கிரமிப்புச் செய்த பகுதிகளாகவே கருதப்பட்டன.

இந்துக்களுக்கு ஆதரவுக் குரல் எழுப்புவது ஒரு அரசன், ஒரு அரசாங்கம் என்று ஆகி விட்டால், முகலாயர்கள் இந்துக்களை நடத்தும் விதத்தில் மேம்பாடு தெரியுமல்லவா? ஒரு அரசாங்கம் என்று ஆகிவிட்டால் கொலையே செய்தாலும் அது தண்டனை தானே! ஆனால் பிரச்னை பல வடிவங்களில் இருந்தது.

போஸலேக்கள் ஷத்திரியர்கள் அல்ல. நான்காம் வர்ணமாகவே கருதப்பட்டார்கள். இதர வர்ணத்தவர்கள் சிவாஜியை அரசனாக ஏற்க வேண்டுமானால், நாடு மதிக்கும் பண்டிதர்களைக் கொண்டுதான் தன்னை ஏற்கும்படிச் செய்ய முடியும் என்று நினைத்தார் சிவாஜி. விஷ்வேஷ்வரில் கங்கா பட்டர் என்று அழைக்கப்பட்ட அப்படிப்பட்ட ஒரு நபர் இருந்தார். மக்கள் அவரை நவீன பிரம்ம தேவன் என்றே அழைத்தார்கள். வேதங் களிலும், சம்பிரதாயங்களிலும், தர்க்க சாஸ்திரத்திலும் அப்படிப் பட்ட விற்பன்னர் அவர்.

ஆகவே மராட்டிய சாம்ராஜ்யத்தின் தோன்றலையும், அதன் முதல் அரசனாக சிவாஜியையும் அதிகாரப்பூர்வமாக அறிவிப்பது என்று ஏற்பாடு ஆயிற்று. முடிவு செய்த பிறகு ஏற்பாடுகள் செய்யவே பல மாதங்களாகின. ஒரு அரசனின் மகனுக்குப் பட்டாபிஷேகம் செய்வதென்றால் சம்பிரதாயங்கள் தெரிந்தவை யாக இருந்தன. ஆனால் சிவாஜி விஷயத்தில் அவர்தான் முதல். ஒரு ராஜ வம்சத்தையே அப்போதுதான் உருவாக்க வேண்டும். ஆகவே இந்தப் புது சம்பிரதாயத்தை ஒரு பெரிய பண்டிதர்கள் குழு கூடி ஆலோசித்தது. உதய்பூர் ராஜாவிடம், மாலிக் ஆம்பரிடமெல்லாம் ஆலோசனை கேட்டார்கள்.

விழாவுக்கு வந்த சுமார் பதினோராயிரம் பிராமணர்களும் அவர்களின் குடும்பங்களும் ராஜ்கட்டில் நான்கு மாதங்கள் தங்கியிருந்தார்களாம். அவர்களுக்கு தினமும் மூன்று வேளை

சாப்பாடு அரசாங்க செலவில் போடப்பட்டது. மக்களின் அங்கீ காரத்தைப் பெற சிவாஜி எவ்வளவு பிரயாசைப்பட்டிருக்கிறார் என்பது இதிலிருந்து விளங்கும்.

ராம்தாஸ் சுவாமிகளிடமும் தன் தாயிடமும் ஆசிகளை சிவாஜி பெற்றபோது அந்தத் தாயின் மனம் புளகாங்கிதம் அடைந்தது. கணவனால் கைவிடப்பட்டிருந்த எண்பது வயதான ஜீஜபாய் தன் காலம் முடிவதற்கு முன்னால், தன் மகன் ஒரு மிகப் பெரிய மனிதனாக உருவெடுத்து மக்கள் முன் பெருமைப் படுத்தப்படு வதில் மிகுந்த திருப்தி அடைந்தார். தன் வாழ்க்கையின் இழந்த சந்தோஷங்கள் பூரா மறந்து போயிற்று அவருக்கு.

இந்த இடத்தில் இன்னொரு விஷயத்தைச் சொல்ல வேண்டியது அவசியமாகிறது. ஷஹாஜி ஜீஜபாயிடமிருந்தும், சிவாஜியிட மிருந்தும் விலகியிருக்க பல்வேறு காரணங்கள் சொல்லப்படுகின்றன. முதலாவது அவருக்கு ஜாகிராக வழங்கப்பட்ட பெங்களூர் பகுதியின் நிர்வாகத்தை நிறுவி பராமரிக்கும் பணிக்காக அங்கே போனார் என்பது. இளைய மனைவியின்பால் கொண்ட மோகத்தால் அவருடன் தனியாகப் போய்விட்டதாகவும், மூத்த மனைவி ஜீஜபாயை ஒதுக்கி வைத்து விட்டதாகவும் ஒரு கருத்து உண்டு. ஸ்டீவர்ட் கார்டன் தன் நூலில் சொல்லும் கருத்து யோசனைக்குரியது. பீஜப்பூர் சுல்தானகம் (அடில்சாஹிக்கள்) தங்களுக்கு மிகப் பெரிய தலைவேதனையாக இருக்கும் சிவாஜியை எப்படிக் கட்டுக்குள் கொண்டுவருவது என்று யோசித்தார்கள்.

சிவாஜியையும், ஷஹாஜியையும் பிரித்து வைப்பது தங்களுக்குப் பெரிய அளவில் உதவும் என்று நினைத்தார்கள். ஆகவே ஷஹாஜியிடம் ஒரு ஒப்பந்தமே செய்து கொண்டார்கள். உம்மையும் உம் மகனையும் தனித் தனி அமைப்புக்களாக அரசாங்கம் பார்க்கிறது. உன் மகனின் தவறுகளுக்காக உம்மைத் தண்டிப்பது சரியானதல்ல என்று அரசாங்கம் எண்ணுகிறது. மேலும் அப்படித் தனியாக இருக்க சம்மதிக்கும் பட்சத்தில் உமக்கு ஜாகிராக வழங்கிய பகுதிகளையும் இதர சலுகைகளையும் உங்களிடமிருந்து திரும்பப் பெறாமல் வைத்திருக்க இந்த அரசாங்கம் சம்மதிக்கிறது என்பதே அது.

சலுகையாகத் தென்பட்டாலும் இது ஒரு மாதிரி அச்சுறுத்தல் தான். ஷஹாஜி ஜீஜபாயையும், சிவாஜியையும் தாதாஜி

கொண்டதேவின் பொறுப்பில் விட்டுப் போனார் என்பதை எந்த சரித்திர ஆசிரியரும் மறுக்கவில்லை. அரசாங்கத்தின் நிர்ப்பந்தம் காரணமாக விலகியிருந்தார் என்பதே நிஜமாக இருக்கக் கூடும். இளைய மனைவி என்கிற பெண்ணாசை, ஜாகிர் பகுதிகள் என்கிற மண்ணாசை, சலுகைகள் என்னும் பொன்னாசை மூன்றும் கூடியதால் உண்டான மயக்கமோ என்றும் எண்ண வைக்கிறது. அடில்சாஹிக்களின் தந்திரமே இதுவாக இருக்கலாம்.

சிவாஜியின் பனிரெண்டாம் வயதில் அவரைப் பிரிந்த பிறகு பனிரெண்டு ஆண்டுகள் கழித்து அஃப்ஸல்கான் கொல்லப்பட்ட பிறகுதான் ஷஹாஜி அவரைச் சந்தித்தார். அப்போதும் பீஜப்பூர் சுல்தான்களின் பிரதிநிதியாக சமாதானம் பேசவே வந்தார். இதுவே அவர் சிவாஜியைச் சந்தித்த கடைசி முறையும் ஆகும். அதற்குப் பின் இரண்டாண்டுகளில் இறந்து விட்டார்.

சரி. இப்போது முடிசூட்டு விழாவில் என்ன நடந்ததென்று பார்ப்போம்.

1674ம் ஆண்டு ஜூன் 6ம் நாள் மிகுந்த எதிர்பார்ப்புகள் இருந்த அந்த விழா தொடங்கியது. கங்கையிலிருந்து தருவிக்கப்பட்ட நீரில் சிவாஜி நீராடினார். குரு கங்கா பட்டருக்கு ஐயாயிரம் பொற்காசுகள் குருதட்சிணையாக வழங்கப்பட்டது. வைதீகர் களாக வந்திருந்த இதர நூற்றுக் கணக்கான பிராமணர்களுக்கு தலா நூறு பொற்காசுகள் தட்சிணையாக வழங்கப்பட்டது. மதச் சடங்குகள் செவ்வனே நிறைவேறின. பதினாறு விதமான தானங்களும் செய்தார் சிவாஜி. வெண்கொற்றக் குடை பிடிக்கப் பட்டது. சிவாஜியின் வழக்கமான தலைப்பாகை முத்துக்களால் அலங்கரிக்கப்பட்டிருந்தது. அதை அணிந்தார். தன் வாளையும், பண்டிதர்களையும் வணங்கினார். ஜோதிடர்கள் குறித்திருந்த நல்ல நேரத்தில் சிம்மாசனம் இருந்த கொலுவறைக்குள் பிரவேசித்தார்.

சிவாஜி அமர வேண்டிய சிம்மாசனம் முப்பத்திரெண்டு மணு தங்கத்தால் செய்யப்பட்டிருந்தது என்று சொல்லும் வரலாற்று ஆசிரியர்கள் உண்டு. இதன் மதிப்பு அந்தக் காலத்தில் பதினான்கு லட்சமாம். அப்படியென்றால் இப்போதைய மதிப்பில் குறைந்தது ஐநூறு கோடி இருக்கலாம். ஆனால், ஆங்கில வரலாற்று ஆசிரியர்கள் அதை செல்வச் செழிப்போடும், உயர்ந்த அந்தஸ்துடன் விளங்கியதாகவும் மட்டுமே குறிப்பிடுகிறார்கள்.

பதினாறு சுமங்கலிகள் ஆரத்தி எடுத்தார்களாம். சாதாரண சிவாஜி சத்ரபதி சிவாஜியாக பட்டம் சூடினார்.

இதற்குத்தான் காத்திருந்தாரா அல்லது இந்த திருப்தி போதும், என் வாழ்க்கைக்கு அர்த்தம் கிடைத்து விட்டது என்று நினைத்தாரோ சிவாஜியின் தாயார் ஜீஜாபாய் அதே மாதம் 18ம் தேதி காலமானார்.

இத்தோடு விஷயம் முடிந்து விடவில்லை. கங்கா பட்டர் குறித்த நாள் சரியான நாளல்ல என்று ஒரு பேச்சு மறுபடி எழுந்தது. அதனால்தான் பட்டாபிஷேகம் முடிந்த சில நாட்களுக்குள் தாயார் இறந்து போனார் என்றார்கள். சிவாஜி இருந்த மனநிலை எத்தைத் தின்றால் பித்தம் தெளியும் என்கிற மாதிரி இருந்தது. நிஸ்ச்சல் பூரி கோஸ்வாமி என்கிற பண்டிதரைக் கலந்தாலோசித்ததில் ஆம், அந்த நாள் சரியில்லை என்று சொன்னார்.

மீண்டும் அவர் ஒரு நாள் குறித்துக் கொடுக்க அக்டோபர் 4ம் நாள் மீண்டும் எல்லா சம்பிரதாயங்களும் ஆக்ஷன் ரீபிளே! ஆக இரண்டு முடிசூட்டு விழாக்களும் சேர்ந்து மொத்தச் செலவு ஐம்பது லட்சம்! இது எத்தனை கோடி என்று நீங்களே கணக்கிட்டுக் கொள்ளுங்கள்.

சென்னைக்கு வந்த சத்ரபதி!

சிவாஜி, சத்ரபதி பட்டம் சூடியதற்குப் பிந்தைய சில ஆண்டுகளில், அதாவது 1674 தொடங்கி, கந்தேஷ், பீஜப்பூர், கார்வார், கோலாப்பூர் முதலிய பகுதிகளை சற்று தீவிர மாகத் தாக்கினார். அங்கிருந்த செல்வங்கள் சூறையாடப்படுதலும் நடந்தது. இப்படி அடுத்தடுத்து நடத்திய தாக்குதல்களும் சூறையாடல்களும் மேற்கத்திய சரித்திர ஆசிரியர்களின் கவனத்தைக் கவர்ந்து சிவாஜி குறித்த எதிர்மறைக் கருத்துக்கள் உருவாகக் காரணமாக அமைந்தன. 1676ம் ஆண்டு பெல்காம் பகுதியில் தாக்குதல் நடத்தி அப்படியே தென் திசையில் தமிழ்நாட்டின் வேலூர்வரை வந்தார். அடில்சாஹிக்களின் கட்டுப்பாட்டில் இருந்த வேலூர் கோட்டை யையும், செஞ்சிக் கோட்டையையும் கைப் பற்றினார். செஞ்சி மராட்டியர்களின் தலை நகரமாகச் சில காலம் (சிவாஜியின் மகன் ராஜாராம் காலத்தில்) இருந்தது குறிப்பிடத் தகுந்தது.

முடிசூட்டு விழாவின் காரணமாக சிவாஜியின் கஜானாவில் இருந்த செல்வம் வெகுவாகக் குறைந்தது. ஐம்பது லட்சம் என்பது அந்தக் காலத்தில் சாதாரணத் தொகையல்ல. ஏறக் குறைய ஒரு நாட்டின் ஓராண்டு பட்ஜட் தொகை அது. இந்தக் காலத்திற்கு முன்னூறு ஆண்டுகள் கழித்து சுதந்திர இந்தியாவில் போடப்பட்ட முதல் பட்ஜெட்டில் வரவின் மதிப்பு 170 கோடி. இன்றைக்கு பட்ஜெட் பதினாறு லட்சம் கோடியை தாண்டியாகி விட்டது. 170 கோடி என்பதெல்லாம் சின்னச் சின்னத் திட்டங் களுக்கான ஒதுக்கீடுகள். இவ்வளவு நஷ்டத்தைச் சந்தித்த பிறகு செல்வங்களை ஈட்டுகிற மாதிரியான தாக்குதல்கள் ஏதும் பிறகு நடத்தவில்லை. முகலாயப் பகுதிகள் மீது நடத்திய படையெடுப்புக்களிலும் தோல்வி.

1676ம் ஆண்டின் தொடக்கத்தில் சிவாஜிக்கு சுகவீனம் ஏற் பட்டது. இதன் காரணமாக இரண்டாண்டுகள் எவ்விதச் செயல்பாடுகளும் இன்றி இருந்தார். கொஞ்சம் செல்வம் திரட்ட வேண்டிய கட்டாயம் இருந்தது. ஆனால் வடக்கில் எல்லா இடங்களும் ஏற்கெனவே சூறையாடப்பட்டு அவர்களின் பாதுகாப்பு ஏற்பாடுகள் அதிகமாகியோ அல்லது அங்கே மேலும் செல்வங்கள் ஏதுமில்லை என்கிற நிலையிலோ இருந்தன. முகலாயப் பகுதிகள் வெகுவான பாதுகாப்பில் இருந்ததை அவர் பெற்ற தோல்விகள் சுட்டிக் காட்டின.

சிவாஜியின் கவனம் பீஜப்பூர் சுல்தானகத்தின் கர்நாடக மற்றும் அதற்குத் தென் திசைக்குத் திரும்பியது. இதுவரை முயற்சிக்காத பகுதி மட்டுமல்ல, அந்தக் காலத்தில் கர்நாடக சமவெளி செல்வம் கொழிக்கும் பகுதியாகக் கருதப்பட்டது. சமுத்திர குப்தர், மாலிக் காஃபுர் உள்ளிட்ட பலரும் இங்கிருந்து ஏராள மான செல்வங்களை அள்ளி வந்ததாக சரித்திரம் சொல்கிறது. இந்தப் பகுதியின்மீது ஔரங்கசீப்பின் பார்வையும் விழுந்தது. அவர் தன் தளபதிக்கு எழுதிய கடிதத்தில்,

பழங்கால செல்வங்கள் புதையல்களாக கர்நாடகப் பகுதியில் புதைந்திருக்கின்றன என்று சரித்திர ஆராய்ச்சியாளர்கள் சொல் கிறார்கள். தஞ்சை கர்நாடகப் பகுதி ஷஹாஜியின் பேரனான ஒரு உபயோகமில்லாத அரசனின் கட்டுப்பாட்டில் இருக்கிறது. இவ்வளவு செல்வங்களை ஏன் அவனது கையில் விட்டு வைக்க வேண்டும் என்கிற அர்த்தத்தில் சொல்லியிருந்தார். அந்தப் பகுதியின் அரசன் வியாங்கோஜிக்கு (ஷஹாஜியின் இளைய

தாரத்தின் மகன்) நிறைய முஸ்லிம் தோழர்கள் இருந்தார்கள். அவர்கள் எல்லோரும் தவறான அறிவுரைகள் சொல்லி முகலாய அரசுக்கு இணங்குமாறு செய்து விடுவார்கள் போலிருந்தது.

ஷஹாஜியின் காலத்தில் முக்கிய ஆலோசகராக இருந்த ரகுனாத் பந்த் என்கிற அமைச்சர் 1677 ம் ஆண்டு நோய்வாய்ப்பட்டிருந்த சிவாஜியைச் சந்திக்க வந்திருந்தார். வந்து தன் ஆலோசனை களுக்கு மதிப்பே கிடையாது இப்போது, தன்னிடம் ஆலோச னைகள் கேட்கப்படுவதே இல்லை என்பதையெல்லாம் சொன் னார். வியாங்கோஜியைச் சுற்றி எப்போதும் அனுபவம் இல்லாத துர்க்குணம் கொண்ட நண்பர்கள் இருப்பதாகவும் அவர்கள் காட்டும் வழியில் வியாங்கோஜி போய்க் கொண்டிருப்பதாகவும் சொல்லி வருத்தப்பட்டார். மேலும் இதேபோல நிலைமை நீடித்தால் ஷஹாஜியின் கர்நாடக ஜாகிர்கள் அனைத்தும் முகலாயர்கள் வசம் போய்விடும் என்கிற தன் அச்சத்தையும் வெளியிட்டார்.

தங்கள் கையிலிருந்து அந்தப் பகுதிகள் பறிக்கப்படுவதை சிவாஜி விரும்பவில்லை. தன்னுடைய சகோதரன்தானே பேசி ஒரு ஒப்பந்தத்துக்கு வரலாம் என்கிற எண்ணத்துடன் சிவாஜி போனார். பேச்சு வார்த்தைகள் பலனளிக்கவில்லை. வியாங்கோஜியுடன் சண்டையிட்டு பெரும்பாலான பகுதிகளைக் கைப்பற்றி விட்டார். ஆனால் அவரது மனைவி தீபா பாயின் பால் சிவாஜிக்கு மிகுந்த அன்பும், மதிப்பும் உண்டு. அவர் நடுவராக இருந்து சிவாஜியின் அறிவுரைகளை ஒப்புக் கொள்ளச் செய்து பறிக்கப்பட்ட பகுதிகளை மீண்டும் பெற்றுத் தந்தார்.

இந்த சமயம்தான், அதாவது 1677ம் ஆண்டு மே மாதம், சிவாஜி சென்னையிலிருக்கும் காளிகாம்பாள் கோயிலுக்கு வந்தது. செஞ்சி, வேலூர் கோட்டைகளைக் கைப்பற்றும் நோக்கத்தில் வந்த போதுதான் சென்னை வழியாகப் போனவர் காளிகாம்பாளை தரிசித்ததாகச் சொல்வார்கள். இந்த நிகழ்வு குறித்து மேற்கத்திய ஆசிரியர்கள் எழுதியிருப்பதன் அடிப்படையில் ஜாதுநாத் சர்க்கார் தன் ஔரங்கசீப் புத்தகத்தில் சொல்வது சற்று வித்தியாச மான கருத்து.

செயிண்ட் ஜார்ஜ் கோட்டை ஆங்கில ஆட்சிக்கு முன்னரே, கிழக் கிந்தியக் கம்பெனியின் வர்த்தகம் நடைபெற்ற காலத்திலேயே அமைக்கப்பட்டது. காளிகாம்பாள் கோயிலும் ஆரம்பத்தில்

செயிண்ட் ஜார்ஜ் கோட்டைக்குள்தான் இருந்தது. சிவாஜி சூரத்தை சூரையாடிய போது அங்கிருந்த கிழக்கிந்தியக் கம்பெனியின் தொழிற்சாலையை அணுக மிக சிரமப்பட்டார். பாதுகாப்பு ஏற்பாடுகள் மிக வலுவாக இருந்ததால் அவரால் முழுமையாக அந்த முயற்சியில் வெற்றியடைய முடியவில்லை. ஆனால் அங்கே மிக விலையுயர்ந்த பொருள்கள் இருப்பதில் அவர் ஒரு கண் வைத்து விட்டது உண்மை. இதற்காகவே சூரத்மீது இரண்டாம் முறையும் அவர் ஒரு முயற்சி மேற்கொண்டார்.

மெட்ராஸ் கவர்னராக இருந்த சர் வில்லியம் லாங்ஹார்ன் ஓய்வு பெற்றபோது அந்தப் பதவிக்குத் தேர்ந்தெடுக்கப்பட்டவர், ஸ்ட்ரெய்ன்ஷாம் மாஸ்டர். இவர் சிவாஜி சூரத்தில் சூறையாடல் நடத்தியபோது அங்கிருந்த கிழக்கிந்தியக் கம்பெனியில் தொழிற் சாலையில் பாதுகாப்பு அதிகாரியாக இருந்தவர். சிவாஜி சென்னைப் பக்கம் வருவது தெரிந்ததும் அவரை நெருக்கமாகப் பின் தொடர்ந்து அவர் நடவடிக்கைகளைக் கண்காணிக்க ஏற்பாடு செய்தார். ஆனால் சிவாஜி கிழக்கிந்தியக் கம்பெனியாரிடம் ஏதோ விஷ முறிவு மருந்து வாங்கும் சாக்கில் அங்கே பிரவேசிக்க முயன்றார். சிவாஜியை அனுமதிக்க மறுத்து அவருடைய தூது வரிடமே பணம்கூட வாங்காமல் அவர் கேட்ட பொருள்களை இலவசமாகவே தந்து அனுப்பி விட்டார்கள்.

என்னடா நம்முடைய யுக்தி வேலை செய்யவில்லையே என்ன செய்வது என்று சிவாஜி யோசித்தார். அவர் சக்தி உபாசகர் என்பது எல்லோருக்கும் தெரியும். ஆகவே கோட்டையினுள் அமைந்திருந்த காளிகாம்பாள் கோயிலுக்கு போக விரும்பு வதாகச் சொல்லி பாதுகாப்பு ஏற்பாடுகளை ஒரு கண்ணோட்டம் விட்டார். இதுதான் அவர் கோயிலுக்கு வந்ததன் அடிப்படைக் காரணமே ஒழிய, வேலூர், செஞ்சிக் கோட்டைகளைப் பிடிக்கப் போன அவருக்கு கோயிலில் வேண்டுதல் செய்து கொண்டிருக்க வேண்டிய அவசியம் ஏதுமில்லை.

சிவாஜியின் தென் பகுதி விஜயங்கள் மற்றும் தென் பகுதியில் அவருக்கான ஆதரவு குறித்து சமீபத்திய செய்தி கூட உண்டு. 2010ம் வருஷம் மே மாதம் காளஹஸ்தி கோயிலின் கோபுரம் சரிந்து விழுந்தது நினைவிருக்கலாம். அந்தச் சமயம் தமிழ் நாட்டுக் கோயில்கள் எல்லாவற்றின் கோபுரங்களும் விரிசல் களுக்காக ஆழ்ந்து சோதிக்கப்பட்டன. அப்போது காளிகாம்பாள்

கோயிலில் சிவாஜியை காளி ஆசிர்வதிப்பது போன்ற ஓவியம் மற்றும் சிற்பம் கண்டுபிடிக்கப்பட்டிருக்கிறது.

சிவாஜியின் இறுதிக் காலம் சற்று சவாலாகத்தான் அவருக்கு அமைந்தது.

அவரது மூத்த மகன் சம்பாஜி சிவாஜி எதிர்பார்த்தபடி வளர வில்லை. தீய வழக்கங்களுக்கு அடிமையாகி சிவாஜியை அடுத்து பதவியேற்கும் தகுதியின்றி இருந்தார். அது மட்டுமல்ல அவரைப் பிடிக்க முகலாயர்கள் பலமுறை முயற்சிகள் மேற் கொண்டார்கள். அப்படியே விட்டு வைத்தால் அவரைக் காப்பாற்ற முடியாது என்று சிவாஜி அவரை பன்ஹலா கோட்டையில் சிறைக் காவலில் வைத்தார்.

1680ம் ஆண்டு மார்ச் மாதம் சிவாஜி நோய்வாய்ப்பட்டுப் படுத்த படுக்கையானார். ஒரே மாதத்தில், ஏப்ரல் மூன்றாம் நாள் இறந்து போனார். சிவாஜி இறந்தபோதும் சம்பாஜி சிறைக் காவலில்தான் இருந்தார். சிவாஜியின் இளைய மனைவி சோயராபாய் மொஹிதி தன் மகன் ராஜாராமை (பத்தே வயது!) அரசனாக முடி சூட்டினார். இதைக் கேள்விப்பட்ட சம்பாஜி சிறைக் காவலி லிருந்து தப்பி வந்து ராஜாராம், அவர் மனைவி, சோயராபாய் மூவரையும் சிறையில் வைத்தார். ராஜ துரோகக் குற்றத்துக்காக சோயராபாய்க்கு மரண தண்டனை வழங்கப்பட்டது.

சிவாஜியே அவர் காலத்தில் தன் மீது ஓயாமல் நடத்தப்பட்ட தாக்குதல்களை எதிர்த்து நிற்பதே வேலையாக இருந்தார். அவரை ஜெயிக்க முடியாது என்கிற நிலைமையை உருவாக்க அரும்பாடு பட்டார், இறுதியில் ஜெயித்தார். ஆனால் சம்பாஜி பதவியை ஏற்றதும் இந்த நிலை ஆட்டம் கண்டது. ஔரங்க சீப்புக்கு சிவாஜியின் மரணத்துக்குப் பிறகுதான் மராட்டிய சாம்ராஜ்யத்தின் மீது படையெடுக்கும் துணிவே வந்தது. 1681 தொடங்கி 1707ம் ஆண்டு அவர் இறந்து போகும்வரை மராட்டிய சாம்ராஜ்யத்தை அழிக்க அரும்பாடு பட்டார். அவரால் அந்த முயற்சியில் வெற்றி அடைய முடியாதது வேறு விஷயம். ஆனால் சிவாஜியின் மகன் சம்பாஜியைக் கொல்வதற்கு முடிந்தது அவரால்.

இதற்குக் காரணம் ஔரங்கசீப்பின் வலிமையோ திட்டமிடு தலோ அல்ல. சம்பாஜி எப்படிப்பட்டவர் என்பது நமக்குத் தெரியும். அவருக்கு சிவாஜி அளவுக்கு சாமர்த்தியம் போதாது.

முகலாயர்களிடமிருந்தும், மைசூரின் சித்திக்களிடமிருந்தும், போர்த்துகீசியர்களிடமிருந்தும் தன்னைக் காத்துக் கொள்ள சம்பாஜி அரும்பாடு பட வேண்டியிருந்தது. இறுதியில் 1689ம் ஆண்டு முகலாயர்களிடம் பிடிபட்டுக் கொல்லப்பட்டார். ஆனாலும் சம்பாஜியுடன் மாராட்டிய சாம்ராஜ்யம் அழிந்து விடவில்லை. சிவாஜியின் இளைய மகன் ராஜாராம் பல்லாண்டுகள் ஆண்டார். அப்போது செஞ்சி தலைநகராக இருந்தது. அவருக்குப் பின்னும் 1782 வரை மராட்டியர்கள் ஆட்சி தொடர்ந்தது. 1782ம் ஆண்டு முதல் ஆங்கில-மராட்டியப் போர் நடந்தது. அது தொடங்கி 1817ம் ஆண்டு மூன்றாம் ஆங்கில மராட்டியப் போர்வரை மராட்டியர்கள் தாக்குப் பிடித்தார்கள். அதற்குப் பிறகு ஆட்சி ஆங்கிலேயர் வசம் போய் விட்டது.

―――――――――

ஆதாரங்கள்

1. Life of Shivaji by N.S.Takakhav and K.A.Keluskar
2. The New Cambridge History of India by Stewart Gordon
3. Shivaji and his Times by Jadhunath Sarkar
4. Shivaji the Great by Bal Krishna, M.A., Phd